കറുത്ത പെണ്ണേ
കരിങ്കുഴലീ

karuthapenne karinguzhali
poems

•

ezhacheri ramachandran

•

first edition
may 2019

•

published
chintha publishers, thiruvananthapuram

•

typesetting
star communications, thiruvananthapuram

•

cover
vinod mangoes

Rights reserved

വിതരണം
ദേശാഭിമാനി ബുക്ക് ഹൗസ്
H O തിരുവനന്തപുരം–695 035
phone: 0471-2303026, 6063026
www.chinthapublishers.com
chinthapublishers@gmail.com

ബ്രാഞ്ചുകൾ

ഹെഡ്ഡാഫീസ് ബ്രാഞ്ച് കുന്നുകുഴി • സ്റ്റാച്യു തിരുവനന്തപുരം • കെ എസ്
ആർ ടി സി ബസ് സ്റ്റേഷൻ ആലപ്പുഴ • കെ എസ് ആർ ടി സി ബസ്
സ്റ്റേഷൻ എറണാകുളം • മച്ചിങ്ങൽ ലെയ്ൻ തൃശൂർ • ഐ ജി റോഡ് കോഴി
ക്കോട് • മാവൂർ റോഡ് കോഴിക്കോട് • എൻ ജി ഒ യൂണിയൻ ബിൽഡിങ്
കണ്ണൂർ • സെൻട്രൽ ബസ് ടെർമിനൽ കോംപ്ലക്സ് താവക്കര കണ്ണൂർ

CO - 2798 / 5060
ISBN - 978-93-88485-63-0

കറുത്ത പെണ്ണേ
കരിങ്കുഴലീ
(കവിതകൾ)

ഏഴാച്ചേരി രാമചന്ദ്രൻ

ചിന്ത പബ്ലിഷേഴ്സ്
തിരുവനന്തപുരം-695 035

ഏഴാച്ചേരി രാമചന്ദ്രൻ

ഇപ്പോൾ സാഹിത്യ പ്രവർത്തക സഹകരണ സംഘം (എസ് പി സി എസ്) പ്രസിഡന്റ്. പുരോഗമനകലാസാഹിത്യ സംഘം വൈസ് പ്രസിഡന്റ്, കേരള സാഹിത്യ അക്കാദമി, സംഗീത നാടക അക്കാദമി ഇവയിൽ അംഗം. *ദേശാഭിമാനി*യിൽ എഡിറ്ററായിരുന്നു. മീനച്ചിൽ താലൂക്കിലെ രാമപുരം പഞ്ചായത്തിൽ ഏഴാച്ചേരി ഗ്രാമ ത്തിൽ ജനനം. ഇപ്പോൾ തിരുവനന്തപുരത്തെ വട്ടിയൂർക്കാവിൽ സ്ഥിരതാമസം.

21 കവിതാ സമാഹാരം, 3 കഥാകാവ്യം, 7 കുട്ടിക്കവിതാപുസ്തകം, 3 ഓർമ്മപ്പുസ്തകം, ഒരു യാത്രാ പുസ്തകം എന്നിങ്ങനെ 44 പുസ്തകം. തെരഞ്ഞെടുത്ത കവിതകളുടെ 3 പുസ്തകം, 3 ഗാന സമാഹാരം ഇവയും ഉണ്ട്. കിഴതടിയൂർ സർവ്വീസ് സഹകരണ ബാങ്ക് ഏർപ്പെടുത്തിയ മഹാകവി പാലാ പുരസ്കാരം ഉൾപ്പെടെ അഞ്ചു പുരസ്കാരങ്ങൾ 2018 ൽ ലഭിച്ചു.

ആശാൻ പ്രൈസ് (ചെന്നൈ), കേരള സാഹിത്യ അക്കാദമി പുര സ്കാരം (2 തവണ), അബുദാബി ശക്തി അവാർഡ് (2 തവണ), ബാലസാഹിത്യ ഇൻസ്റ്റിറ്റ്യൂട്ട് പുരസ്കാരം (2 തവണ), പ്രൊഫ ഷണൽ നാടകഗാനരചനയ്ക്ക് സർക്കാർ പുരസ്കാരം (3 തവണ) എസ് ബി ടി പുരസ്കാരം, ചലച്ചിത്ര ഗാനരചനയ്ക്ക് ഫിലിം ക്രിട്ടിക്സ് അവാർഡ് ഇവയും ലഭിച്ചു.

കണ്ണശ കവികൾ, മഹാകവി ഉള്ളൂർ, പന്തളം കേരള വർമ്മ, മൂലൂർ, തിരുനല്ലൂർ, സഞ്ജയൻ (മലയാള ഭാഷാ പാഠശാല), എ പി കള യ്ക്കാട്, അഞ്ചൽ ആർ വേലുപ്പിള്ള, വി സാംബശിവൻ, പ്രൊഫ. എ സുധാകരൻ, എം എസ് രുദ്രൻ, വി വി കെ നമ്പ്യാർ, ബഷീർ, എഴുമംഗലം വാമദേവൻ, ശ്രീരേഖ, പുനലൂർ ബാലൻ, ജി കാർത്തി കേയൻ (കരുനാഗപ്പള്ളി) തുടങ്ങിയവരുടെ പേരിലുള്ള കാവ്യ പുരസ്കാരം, മുഖത്തല ശൂരപാണി മാസ്റ്ററുടെ പേരിൽ പ്രഭാഷ ണത്തിനുള്ള പുരസ്കാരം ഇവയും ലഭിച്ചു.

ഗന്ധമാദനം, നീലി, അമാവാസികൾ തൊട്ട പാടുകൾ, ഇലത്തു മ്പിലെ ഖജ്രദാഹം, എന്നിലൂടെ, എന്നെങ്കിലും, കേദാര ഗൗരി, ആർദ്രസമുദ്രം, മഴ വരയ്ക്കുന്ന ഗുഹാചിത്രങ്ങൾ, ബാബിലോ ണിയൻ ഗിത്താർ, ജാതകം കത്തിച്ച സൂര്യൻ, കലഹകലയ്ക്കൊരു കല്ലുവള, എന്തായിരുന്നു മനസ്സിൽ തുടങ്ങിയവയാണ് പ്രധാന കൃതികൾ.

ഉള്ളടക്കം

പ്രസാധകക്കുറിപ്പ്

ഏഴാച്ചേരി രാമചന്ദ്രന്റെ 44-ാമത്തെ പുസ്തകമാണ് ചിന്ത ഇപ്പോൾ പ്രസിദ്ധീകരിക്കുന്ന *കറുത്തപെണ്ണേ കരിങ്കുഴലീ* എന്ന കവിതാ സമാഹാരം. വലുതും ചെറുതുമായ 36 കവി തകൾ ഉൾക്കൊള്ളുന്നതാണ് ഈ ഗ്രന്ഥം. ചിന്ത പ്രസി ദ്ധീകരിക്കുന്ന 10-ാമത്തെ ഏഴാച്ചേരി പുസ്തകമാണ് *കറുത്തപെണ്ണേ കരിങ്കുഴലീ* എന്ന സവിശേഷതയും ഈ ഗ്രന്ഥത്തിനുണ്ട്.

എന്നുമെന്നും ചിന്തയുടെ അഭ്യുദയകാംക്ഷിയും പിന്തുണ ക്കാരനുമാണ് ഏഴാച്ചേരി രാമചന്ദ്രൻ. സമകാലിക കവി തയെ ജനകീയമാക്കുന്നതിൽ പ്രധാന പങ്കുവഹിച്ച ഏഴാ ച്ചേരിയുടെ കവിതകൾ ആസ്വാദകരുടെ സ്മൃതി പഥങ്ങ ളിൽ നിറഞ്ഞു നില്ക്കുന്നു. തരള കാല്പനികതയ്ക്കപ്പു റത്ത് തീക്ഷ്ണ യാഥാർത്ഥ്യങ്ങളെ ഭാവസുന്ദരമായി ആവി ഷ്കരിക്കുന്ന ഏഴാച്ചേരി കവിതയെ സാമൂഹ്യ ഇടപെട ലിനുള്ള മാധ്യമമായി ഉപയോഗപ്പെടുത്തുന്നു. നീലിയെ പ്പോലെ നിരവധി വേദികളിൽ *കറുത്തപ്പെണ്ണിലെ* കവിത കളും പാടി കേൾക്കട്ടെ എന്ന് ആശിക്കുന്നു.

ചിന്ത പബ്ലിഷേഴ്സ്

ഒരു നിമിഷം

കറുത്ത പെണ്ണേ കരിങ്കുഴലീ എന്റെ 44-ാം മത്തെ പുസ്തകമാണ്. ചിന്ത പബ്ലിഷേഴ്സ് പ്രസിദ്ധീകരിക്കുന്ന പത്താമത്തേതും. ചിന്തയോട് ഒത്തിരി കടപ്പാടുണ്ട്. എന്തെന്നാൽ എന്റെ കന്നിപ്പുസ്തകം (*അകലെ യെങ്ങോ ഇടിമുഴക്കം*) പുറത്തുവന്നത് ചിന്തയിലൂടെയാണ്. *ദേശാഭിമാനി* വാരിക പത്രാധിപരായിരുന്ന ശ്രീ. തായാട്ടു ശങ്കരനാണ് അതിന് അവ താരിക എഴുതിയത്.

ശ്രീ. ഇ എം ശ്രീധരനായിരുന്നു അന്നു ചിന്തയുടെ മുഖ്യ ചുമതല ക്കാരൻ. രണ്ടാമത്തെ പുസ്തകത്തിന് *കയ്യൂർ* എന്നു പേരിട്ടത് ശ്രീ. ആണ്ട ലാട്ട് ആയിരുന്നു. പുസ്തകത്തിന്റെ വില്പനയ്ക്ക് ആ പേര് ഒരുപാട് ഗുണമായി. ഈ 'മണ്ണിനു നിത്യതാരുണ്യം' എന്ന പേരായിരുന്നു എന്റെ മനസ്സിൽ.

പിന്നീട് ശ്രീ. സി ഭാസ്കരൻ, ശ്രീ. എം പി പരമേശ്വരൻ, ശ്രീ. വി കെ ജോസഫ് തുടങ്ങിയവർ ചുമതലക്കാരായിരുന്നപ്പോഴും പുസ്തക ങ്ങൾ ഈ വഴി വന്നു. എല്ലാറ്റിന്റെയും പിന്നിൽ ചാലകശക്തിയായി പി ജി ഉണ്ടായിരുന്നു

കവിതാ പുസ്തകത്തിനുള്ള ആദ്യപുരസ്കാരം (അബുദാബി ശക്തി പുരസ്കാരം) ചിന്ത പ്രസിദ്ധീകരിച്ച *നീലി* എന്ന പുസ്തകത്തിനായിരു ന്നു. ഈ പുസ്തകത്തിന്റെ അവതാരിക എം എൻ വിജയൻ മാസ്റ്ററുടെ തായിരുന്നു.

അകലെയെങ്ങോ ഇടിമുഴക്കം, കയ്യൂർ, നീലി ഇപ്പോൾ നദീമുഖം ശാന്തം, ആർദ്രസമുദ്രം, കാവിന്റെ കിഴക്കേതിൽ, നന്ദിനി ടീച്ചർക്കു നല്ലതു തോന്നണേ, മുള്ളും പൂവും പിണങ്ങാതെ, ഉയരും ഞാൻ നാടാകെ ഇവ യാണ് ചിന്ത പ്രസിദ്ധീകരിച്ച എന്റെ പുസ്തകങ്ങൾ. ഇപ്പോഴിതാ ഏറ്റവും പുതിയ കാവ്യ സമാഹാരം.

എന്റെ വികാസപരിണാമങ്ങളുടെ ഗ്രാഫ് വരയ്ക്കുമ്പോൾ ചിന്തയ്ക്ക് ഒരു പ്രധാന സ്ഥാനമുണ്ട് അതൊക്കെ വാക്കുകളിൽ ഒതുങ്ങുന്നില്ല.

ആദരപൂർവ്വം

ഏഴാച്ചേരി രാമചന്ദ്രൻ

കുരിശു വരച്ചാലും
നെറ്റിയിൽ വരമഞ്ഞൾ-
ക്കുറിതൊട്ടാലും റംസാൻ
പിറയെ കുമ്പിട്ടാലും
വീടിനൊരാത്മാവുണ്ടെ-
ന്നറിയുന്നിടം തൊട്ടേ
നോവുകൾ മെരുങ്ങുന്നൂ
കരിമുള്ളുകൾക്കൊപ്പം.

വരിക ഗന്ധർവ്വഗായകാ വീണ്ടും

ഒ എൻ വി സ്മരണ

1

ഒടുവിലത്തെ കറുത്ത പെൺ പക്ഷിയും
വിടുതി തേടിപ്പറന്നകലും വരെ,
ഒരു പുരാതന കിന്നരമായ് നിൻ
കവിത മണ്ണിനെത്താണു ചുംബിച്ചു.

2

പകലിറമ്പിലെ കൈ വട്ടകയിലെ
കനകവേദന കണ്ണടയ്ക്കും വരെ,
ഉടജവാടിയിൽ പാതിരാ മുല്ലയെ
പരിചരിച്ചു നീ നിൻ മിഴിനീരിനാൽ.

3

പുഴ കടന്നു വരും സാർത്ഥവാഹകർ
പുരി വിശേഷങ്ങൾ വിസ്തരിക്കുന്നിടം
പ്രമദ മാധവി, മാളവകന്യതൻ
പ്രണയഗീതകം കാതോർത്തുനിന്നുനീ.

4

മുടിയുലമ്പും മണൽക്കാറ്റിനൊപ്പം
മലയിറങ്ങുന്ന തേയിലച്ചൂരാൽ,

ഏഴാച്ചേരി രാമചന്ദ്രൻ

വ്യഥ കടഞ്ഞു കടഞ്ഞു നീ കാല-
ച്ചുമരിൽ ജീവിത ചിത്രം വരച്ചു.

5

ഒടുവിലത്തെ പ്രഭാത നക്ഷത്രം
കുരിശിലേക്കു നടന്നടുക്കുമ്പോൾ,
കവിത നീട്ടിയ കൈലേസിനാൽ നീ
തിരുമുറിവിലെ രക്തം തുടച്ചു

6

കരൾ പുകഞ്ഞ നെടുവീർപ്പിനുമേൽ
നിറമെഴും മാരിവില്ലുദിക്കുമ്പോൾ,
തിരുവരങ്ങത്തെപ്പാണനാരേപ്പോൽ
വരിക ഗന്ധർവ്വ ഗായകാ വീണ്ടും

7

സർപ്പമുദ്രകളാർന്നപതാകകൾ
സർഗ്ഗജീവരഥം മറയ്ക്കുമ്പോൾ
'നൃത്തധൂർജ്ജടി ഹസ്തത്തുടി'യിൽ നിൻ
സത്യവാങ്മൂലമല്ലയോ കേൾപ്പൂ!

ഇപ്പോൾ*

മർത്ത്യമനസ്സിനെ തമ്മിലിണക്കുവാൻ
ഇത്ര പരുക്കനാം ശിക്ഷ പരീക്ഷിച്ച
പച്ചപ്പരിഷ്കാരിയാം പ്രകൃതീ, നിന്റെ
സത്യമുറഞ്ഞ കടൽച്ചിപ്പികൾ സ്വയം
കത്തിച്ചു കണ്ണീർത്തുടച്ചു കനൽ മൂടി-
ക്കെട്ടഴിഞ്ഞൂർന്ന ത്രിസന്ധ്യ ചോദിക്കുന്നു,
തൃപ്തിയായയോ വനദുർഗ്ഗേ! മൃതിഗന്ധ-
കർപ്പൂരമേറ്റു നിന്നുൾത്താമരക്കാടു
ഞെട്ടിയുണർന്നുവോ രുദ്രേ!

(2)

തീരെക്കണക്കുതിരിയാത്തൊരുണ്ണിക്കു
ചൂരൽക്ക്ഷായം വിധിച്ചു നിരന്തരം.
വേദനിപ്പിക്കുവോൾ, മൂന്നാംതരത്തിലെ
ഭാരതിടീച്ചറെപ്പോലെ നിനക്കിത്ര
കോപം പെരുക്കുവാനെന്തേ? പൊറുക്കുവാൻ
മാലോകരെ പഠിപ്പിച്ചവൾ നീയെന്ന
ജീവിതച്ചിന്നവീടല്ലേ? വിളിക്കുന്നി-
താഴങ്ങളിൽ വീർപ്പുമുട്ടിക്കുഴയുന്നൊ-
രേഴക്കിനാക്കളാം നൂറുനൂറുണ്മകൾ,

---

*   ഈ കവിത പ്രളയദുരന്ത സ്മൃതികൾക്ക്

ഭൂവിരിപ്പാകെ ചവിട്ടിക്കുഴയ്ക്കുവോർ,
ജീവിതാസക്തികൾ, നിന്നെ ദയാമയി,
പേരുവിളിച്ചിളംകൈവിരൽ നീട്ടുന്നു
ശ്രീകുരുമ്പക്കാവിലമ്മേ, കലി തീർന്നു
ശാപം തിരിച്ചെടുത്താലും!

(3)

അറ്റുതൂങ്ങുന്നൊരരവയവങ്ങൾ തമ്മി-
ലൊട്ടിച്ചിണക്കുവാൻ കത്രികയും നൂലു
മെത്രയും കാരുണ്യപൂർണ്ണമാം കണ്ണുമായ്
തത്രപ്പെടുന്ന വിശുദ്ധ കൈപ്പുണ്യത്തെ-
യിറ്റുനേരം ഞങ്ങളോർത്തു; മുറിവുക-
ളെത്രവേഗത്തിൽപ്പൊറുത്തു; മലയാള
മർത്ത്യതയിന്മേൽ പരസ്പരസ്നേഹമാം
പക്ഷികൾ മുത്തും പവിഴവും കോർക്കുന്ന
ദൃശ്യങ്ങൾതൻ മുന്നിലീശ്വരന്മാർ വന്നു
മുട്ടുകുത്തുന്നതും കണ്ടു! പ്രളയത്തി-
നപ്പുറം ആർദ്രതയെക്കൊടിയേറ്റുന്ന
സർഗ്ഗവികാരത്തിരുവരങ്ങത്തൊരു
മർത്ത്യാവതാരവും കണ്ടു!

(4)

അല്ലേ, ഹരിത മനോഹരിയാകുമെ-
ന്നമ്മേ, മലയാളമെന്ന സുകൃതമേ,
നിന്റെ കരുത്തനാകും പെരുമാൾമകൻ,
തമ്പുരാനുണ്ണി, അതിസാഹസികമായ്
വഞ്ചികരയ്ക്കടുപ്പിച്ചുതുഴത്തണ്ടി-
ലിന്ത്യ വരയ്ക്കുന്ന കർമ്മനിയോഗത്തി-
നാദിത്യനേരുകൾ സാക്ഷികളാകുന്നു;
ദാരിദ്ര്യരേഖയ്ക്കുമപ്പുറം നാമൊരേ
'വീടെ'ന്ന പാട്ടിലുയിർത്തെഴുന്നേല്ക്കുന്നു
നാവാമണൽപ്പുറംപോലും; ചിലമ്പിട്ട
ദ്രാവിഡച്ചിന്തുകൾക്കൊപ്പം.

(5)

നാം അതിജീവിക്കുമെന്നീ മലയാള
നേരുകൾ, ശ്യാമവസുന്ധരതൻ കാതി-

ലോതുകയല്ലോ തിരുവോണരാവിന്റെ
തോളത്തുതൊട്ട കടൽക്കാറ്റിനൊപ്പം;
ജീവിതം കൊത്തും പ്രതീക്ഷകൾക്കൊപ്പം!

(6)

നോഹയുടെ പെട്ടകം കുഞ്ഞൊഴുക്കിൽനിന്നു
താഴ്‌വരയിലെത്തിച്ചൊരിക്കടൽ മക്കൾക്കു
ഭാവുകം നേരുവാൻ അംശവടിയുമായ്
ആരൊരാൾ നില്‌ക്കുന്നു, നൊമ്പരങ്ങൾക്കിവൻ
ഏറെപ്രിയങ്കരനാവുകയാൽ തന്റെ
പാശുപതാസ്ത്രമിവനെ, ന്നനുഭവ
ജ്വാലകൾ, സഹ്യസാനുക്കൾ, നിറുകയിൽ
പൂവും ജലവും കുടഞ്ഞുകൈചേർക്കുന്ന
സ്നേഹമുഹൂർത്തങ്ങൾ കണ്ണിമചിമ്മാതെ
കാവേരി കണ്ടുനില്‌ക്കുന്നു! നിളയുടെ
നീൾമിഴിത്തുമ്പുകൾക്കൊപ്പം, പഴശ്ശിയെ
ക്കാമിച്ച കാടുകൾക്കൊപ്പം.

ഇടയക്കിടാത്തി

(കറ്‌വയിൽ ബലിയായ പെൺകുരുന്നിന്)

കണ്ണുനീർ തുടച്ചെഴു-
ന്നേല്ക്കുക, മേഘങ്ങളിൽ
നിന്നു കാരുണ്യം കാക്കും
നമസ്കാരങ്ങൾ നിർത്താം

ഇവളെപ്പുനർജ്ജനി-
പ്പിക്കുവാൻ നെറ്റിക്കണ്ണാ-
ലുദയം തീ കൂട്ടുമെ-
ന്നുള്ളതും പാഴ്‌വാക്കല്ലോ.

(2)

ജമ്മുവിൽ ശിരസ്സറ്റ
സർപ്പങ്ങളിരുകാലിൽ
സഞ്ചരിക്കുന്നു, മഞ്ഞിൻ-
മറയിൽ ത്രിശൂലങ്ങൾ;
മുടിഞ്ഞ ദേവസ്ഥാനം,
നൃത്താവസാനം, കണ്ണു
പൊടിഞ്ഞ പ്രേതാത്മാക്ക-
ളിരപങ്കിടും കൂട്ടിൽ,
അവിടേക്കഴൽ തുപ്പി-
ത്തീയിൽ വീണുടൽവെന്ത-
കിളിയേ 'മാപ്പെ'ന്ന ര-
ണ്ടക്ഷരം നിരർത്ഥകം.

(3)

ചത്തുചീഞ്ഞവൾ, പഞ്ച–
ഭൂതങ്ങൾക്കൂണായ്, നേർത്ത
ഗൽഗദം പോലും നീല–
മുളകൾ നിരസിച്ചു.
അരിപ്രാവിനെ വേവി–
ച്ചാസന്ന സായന്തന–
ത്തുടുപ്പിൽ മദ്യം സേവി–
ച്ചിരിപ്പൂ കാട്ടാളത്തം.
കാട്ടുമാനിനെ വേട്ട–
യാടുന്ന ശ്രീബുദ്ധനെ
രാത്രിയിൽ സ്വപ്നം കണ്ടു
ഞെട്ടുന്നു കണ്വാശ്രമം

(4)

"അരുതേ"യെന്നായ്കൂപ്പും
പിഞ്ചു കൈവിരൽത്തുമ്പി–
ലൊരു താമര കാണാൻ
കഴിയാക്കിരാതന്മാർ
ഗംഗയിൽ ജപിച്ചിട്ട
നീചമന്ത്രത്താലുടൽ
പൊള്ളുന്ന വേദങ്ങളേ,
ദ്വാപരം കളവെന്നോ?
അടയാൻ മടിയാർന്ന
കണ്ണുകൾ അഭയത്തി–
ന്നവസാനത്തെ മായാ
വാതിലിൽ മുട്ടുന്നേരം,
തുറക്കാൻ കൂട്ടാക്കാത്ത
ദേവകൾക്കില്ലേ മക്കൾ,
വടക്കൻ ഹിമശൈല–
മിത്രമേൽ നിരാർദ്രമോ?

(5)

ഇന്ത്യയെ വരച്ചിട്ട
ഹൃദയം നൂറായ് പകു–
ത്തന്ധയാം ഭാഗീരഥി–

യ്ക്കന്നെ ദക്ഷിണയേകാം
ശാപത്താലിന്ദ്രപ്രസ്ഥം
കത്തുവാൻ വൈകുന്നതെ
ന്താദികേശവ, നിന്റെ
പൊളിവാക്കുകൾക്കൊപ്പം
ഈശ്വരൻ നേരസ്ഥനാ-
ണെങ്കിലീ ചാതുർവർണ്യ-
ക്കോട്ടമേൽ കൊടുങ്കാറ്റേ
രുദ്രതാണ്ഡവമാകൂ.

നിധി

കൊല്ലന്റെയ്യത്തെ കോരൻ കുമാരൻ,
ചന്തയിൽ കത്തിവില്ക്കും സുവീരൻ,
പെൺപിറന്നോൾ, വെളുത്ത സുലോചന
കള്ളുഷാപ്പിൽ കറിക്കാരി മൈന,
രണ്ടുമക്കൾ, തളിർത്ത ദാമ്പത്യം
ഇല്ലനേർത്ത നഖപ്പാടുപോലും
അല്ലലില്ലാത്ത ജീവിതത്തിന്മേൽ
മുല്ലവള്ളി പടർന്നുകേറുന്നു

2

കൊഞ്ചുതീയലും കോഴിപ്പെരട്ടും
ഇഞ്ചിത്തോരനും ചക്കപ്പുഴുക്കും
ഒത്തിരിക്കറിക്കൂട്ടങ്ങളല്ലോ
ഒക്കെയും സുലുവിന്റെ കൈപ്പുണ്യം
ചന്തയിൽ ചുമടേറ്റും കണാരനും
അന്നമുക്കിലെ തോൽപ്പണിക്കാരും
ഉണ്ണിത്താൻ സാറും കൃഷ്ണ ഷേണായിയും
കണ്ണിൽക്കണ്ട വെടുങ്കുപിള്ളേരും
മത്സരിക്കുകയല്ലോ സുലുവിന്റെ
മത്സ്യപാചകം ആസ്വദിക്കാനായ്.

3

അന്നൊരിക്കൽ കറിക്കടപൂട്ടി
വന്നു വീട്ടിൽ വിളക്കുവെക്കുമ്പോൾ,
മുരുകവിഗ്രഹം മുത്തുന്ന നേരം
മുകളിൽവന്നൊരു പല്ലി ചിലച്ചു
രണ്ടുകൈകളും കൂപ്പി നില്ക്കുമ്പോൾ
പല്ലി വീണു വിളക്കുംകെടുത്തി.
തമ്പുരാനേ, ഇതെന്തൊരനർത്ഥം
നെഞ്ചിനുള്ളിലിടിവാൾത്തിളക്കം
പ്രശ്നക്കാരനെക്കണ്ടു സമസ്തം
വിസ്തരിച്ചു പറഞ്ഞുകേൾപ്പിച്ചാൽ.

4

പത്മനാഭപ്പണിക്കരെക്കണ്ടു
പട്ടണത്തിലെ ജ്യോത്സ്യരെക്കണ്ടു
നല്ലതിന്റെ തുടക്കമെന്നല്ലോ
രണ്ടുപേരും ഒരുപോൽ വിധിച്ചു
"കാറു മുറ്റത്തുവന്നുകേറും വലം
കാലുവെച്ചു ടെറസ്സിൽക്കരേറും."
ഒന്നുകൂടിക്കിഴിഞ്ഞു ചോദിക്കെ,
പിന്നെയും പണം ദക്ഷിണവെക്കെ,
ഒച്ചതാഴ്ത്തിയൊരുഗ്രൻ രഹസ്യം
വിസ്തരിച്ചു വിദഗ്ദ്ധ ജ്യോത്സ്യന്മാർ.

5

കന്നിമൂലയിൽ കാഞ്ഞിരച്ചോട്ടിൽ
ഉണ്ടൊരു കുടം സ്വർണ്ണനിക്ഷേപം
പണ്ടുപണ്ടു പടയോട്ടക്കാല-
ത്തില്ലം വിട്ടവർ, നമ്പൂതിരിമാർ
ജോനകപ്പേടിയാർന്നു കുഴിച്ചിട്ട
നാണയക്കുടം മണ്ണിൽകിടപ്പൂ.
വായമൂടിയ ചെപ്പുകുടത്തിൽ
നാണയങ്ങളും സ്വർണ്ണാഭരണവും
വീട്ടിനുള്ളിൽ കുടംവരാനല്പം
വേർപ്പൊഴുക്കണമെന്നും മൊഴിഞ്ഞു.

6

നിധി കരത്തിൽ വരുംവരെ ദൈവം
പലതരത്തിൽ പരീക്ഷിക്കുമല്ലോ!
ഭുവനനായകീ ഭൂതഗണങ്ങൾ
നിഴലുടുത്തിവിടെപ്പൊഴും ചുറ്റും
അതിനു നാം പിഴകെട്ടണം; സ്വർണ്ണം
ഭഗവതിക്കു പണയ സമർപ്പണം.
നിധി മുറിക്കുള്ളിലെത്തിയാലപ്പോൾ
പണയപ്പണ്ടം തിരിച്ചുലഭിക്കും.

7

വിപ്രശാപ*മൊഴിക്കുവാൻ നമ്മൾ
രുദ്രഹോമം നടത്തണമാദ്യം
പൂജ ചെയ്തു കുഴിച്ചിട്ടതാകയാൽ
കാവലുണ്ടാകുമുഗ്ര സർപ്പങ്ങൾ.
നാണമാർന്നവർ ദൂരെത്തൊളിക്കാൻ
ഭൂതത്താന്മാർക്കു കൺകുളിർക്കാനും
ദമ്പതിമാർ പരിപൂർണ്ണ നഗ്നരായ്
ചെന്നുവേണം നിധികുംഭമേന്താൻ
ഭൂതങ്ങൾക്കു മനുഷ്യരേക്കാളും
കാമദാഹമിരട്ടിയാണല്ലോ.

8

ഇന്നുതൊട്ടു വ്രതം തുടങ്ങേണം,
രണ്ടുപേർക്കും അശുദ്ധിപാടില്ല;
പത്തുനാളുകൾ പൂർത്തിയാകുമ്പോൾ
കൃത്യമായ് നിധി കൈവശമാക്കാം
പത്മനാഭപ്പണിക്കാരോടൊപ്പം
പട്ടണത്തിലെ ജ്യോത്സ്യരും ചൊല്ലി
ഒക്കെയീശകൃതമെന്നൊടുക്കം
ഉച്ചിയിൽ കരം ചേർത്തുപിരിഞ്ഞു.

---

*   വിപ്രശാപം – ബ്രാഹ്മണശാപം

9

തൻകഴുത്തിൽ തെളുതെള്ള മിന്നും
അഞ്ചരപ്പവൻ പൂക്കിലമാല,
അംബുജത്തിന്റെ പൊന്നരഞ്ഞാണം,
സ്വർണ്ണമൂക്കുത്തി, നീലപ്പതക്കം
കർണ്ണികാരത്തരിവളക്കൂട്ടം,
രണ്ടുമൂന്നുതരം മോതിരങ്ങൾ,
അമ്പലത്തിൽ നടയ്ക്കുവെക്കാനായ്
ദമ്പതിമാർ കിഴികെട്ടി നല്കി.

10

പത്തുനാളുകൾ വായുവേഗത്തിൽ
തൊട്ടുരുമ്മിക്കടന്നുപോയപ്പോൾ
പാതിരാവിൽ പരിപൂർണ്ണ നഗ്നരായ്
പാടുപെട്ടു നിധി ചെന്നെടുത്തു
നിലവിളക്കിന്റെ നീലവെട്ടത്തിൽ
നിധികുംഭത്തിന്റെ വാ തുറന്നപ്പോൾ
"അന്യ വസ്തുവിലാശപെരുത്തോർ
ക്കില്ല തെല്ലും മനസ്സമാധാനം,"
ഇപ്രകാരമൊരു കുറിപ്പും, കുറ-
ച്ചസ്ഥിക്കൂട്ടം, ഒരമ്മിക്കുഴവിയും.
പൊട്ടച്ചെപ്പുകുടത്തിലെ ചാരവും
തെച്ചിപ്പൂക്കളും ചുറ്റും നിരന്നു.

11

ഇത്തരം പല കേസുകൾ, നാട്ടിൽ
നില്ക്കുവാൻ പണിയെന്നറിഞ്ഞപ്പോൾ
പത്മനാഭപ്പണിക്കരെക്കൂട്ടി
പട്ടണത്തിലെ ജ്യോത്സ്യർ കടന്നു.
ചാനൽ മോഹിനിദേവിക്കൊപ്പം
റാസൽഖൈമ*യിലേക്കവർ മുങ്ങി.

---

* റാസൽഖൈമ - ഒരു ഗൾഫു രാജ്യം

ആലുവാ റെയിലാപ്പീസ്

(വടക്കുകിഴക്കൻ അതിർത്തിദേശങ്ങളിൽനിന്നും, പ്രത്യേ
കിച്ചും ആസാമിൽനിന്നും, കൂട്ടമായി വേലക്കാർ അടുത്ത
കാലത്തു നമ്മുടെ നാട്ടിൽ വരുന്നു. ഇവരുടെ വരവും
പോക്കും ഏറിയകൂറും ആലുവാ റെയിൽവേ സ്റ്റേഷൻവഴി
യാണ്. ഇവരെപ്പറ്റിയാണ് കവിത)

ആലുവാ റെയിലാപ്പീസ്
വെള്ളിയാഴ്ചത്തെ സന്ധ്യ;
ചാലുകീറുന്നു ശബ്ദ–
പ്പുഴകൾക്കൊഴുകാനായ്

ഹിന്ദിയും ആസാമിയും
തെലുങ്കും വംഗച്ചേലും
മംഗലമലയാള–
ക്കൊഞ്ചലും പിണയുന്നു.

ഏകലോകാദർശത്തിൻ
ദേശമേ, പെരിയാറിൻ
തീരമേ നീ,യെന്നുച്ച–
സ്ഥായിയിൽ പാടുന്നാരോ!

2

തൊണ്ടയിൽത്തേനും നിറ–
ച്ചെത്തിയൊരിടപ്പള്ളി–

ക്കിന്നരന്മാരോ, വൈലോ-
പ്പിള്ളിയോ, വള്ളത്തോളോ?

ആരുതാ,നായാലുമീ
സംഘമർത്യത കണ്ടാ-
ലാരുമേ മൂളിപ്പോകും
ജീവിതസങ്കീർത്തനം.

3

വടക്കുകിഴക്കോടി-
ത്തുടുത്ത ശീതക്കാറ്റി-
ന്നിണക്കം സ്വപ്നം കാണും
പെണ്ണിന്റെ കണ്ണിൽ നോക്കി,
ഉയരം പോരാത്തവ-
നെങ്കിലും കൈലാസത്തിൻ
കഴലിൽ ചുംബിച്ചെന്നാ-
രാത്മനിർവൃതിയോടെ,
പാട്ടു മൂളുമൊരാസാം-
കാമുകൻ; കരളിൽത്ത-
ന്നാർദ്രസുന്ദരഗ്രാമം
കടക്കണ്ണെറിയുന്നു.

4

മലയാളത്തെ രണ്ടാം
വീടാക്കി വേലച്ചന്ത-
മിയലും പണിക്കാരേ,
നാമൊരേ കുടുംബക്കാർ.
പാളങ്ങൾ വിറപ്പിച്ചു
രുദ്രതാളത്തിൽ ഗർജ്ജി-
ച്ചോടുന്നിതൊറ്റക്കണ്ണൻ
രാവണൻ; ഹിമസാഗർ[1]
ദ്രാവിഡം കടന്നാര്യാ
വർത്തഗർവ്വത്തിൻ നേർക്കു
പായുന്നിതിടിമിന്നൽ
[2]ച്ചന്ദ്രഹാസവും വീശി.

5

പണ്ഡിതേമെട്ടിൽ ഗുവാ-
ഹത്തിയിൽനിന്നും റെയിൽ-
വണ്ടികേറിയ [3]മദി-
രാശിക'ളെൻ പൂർവ്വികർ
കൊടുത്താൽ കിട്ടും കൊല്ല-
ത്തെന്ന ചൊല്ലിനെയിപ്പോൾ
തുടുത്ത മുഖത്തോടെ
വരവേല്ക്കുന്നു തോഴർ.
അന്നത്തെ മുത്തച്ഛന്മാർ-
ക്കന്നമൂട്ടാനീപ്പേര-
ക്കുഞ്ഞുങ്ങൾ വിന്ധ്യാചലം
താണ്ടിയിങ്ങണഞ്ഞായോ!

6

[4]അഗസ്ത്യൻ തെളിച്ചിട്ട
പാതയി,ലാഗസ്തിലെ
ത്തുടുത്ത സന്ധ്യേ നീയെ-
ന്നരികത്തിരുന്നാട്ടേ!
അന്നത്തെയാസാംപണി-
ക്കാരുടെ വേലപ്പാട്ടി-
ന്നിമ്പമേറ്റിയ [5] സഹ്യ
പുത്രരേ നമസ്കാരം.
അക്കാലം വിയർപ്പിന്റെ
പൂക്കാലമെന്നാർക്കുന്നൂ
ചക്കരച്ചോറിൻ മണം
വായുവിലിക്കാലവും.

7

കാട്ടുപൂക്കളെ വീട്ടു
മുറ്റത്തു 'വി ഐ പിക'
ളാക്കുന്നൊരാദർശത്തിൻ
തുടുത്ത വിരൽത്തുമ്പിൽ,
മാനത്തു റംസാൻ പിറ
ഇടംകണ്ണെറിഞ്ഞെന്നാൽ

---

3. മദിരാശികൾ - കേരളീയർ ഉൾപ്പെടെയുള്ള തെക്കേ ഇന്ത്യക്കാരെ മുഴുവൻ വടക്കേ
   ഇന്ത്യക്കാർ ഒരു കാലത്ത് 'മദിരാശികൾ' എന്നാണു വിളിച്ചിരുന്നത്.
4. വിന്ധ്യാപർവ്വതം കടന്ന് ആദ്യമായി തെക്കോട്ടു വന്ന അഗസ്ത്യ മുനി.
5. അൻപതുകളിൽ കേരളത്തിൽനിന്ന് ആസാമിൽ പണിക്കു പോയ മലയാളികളെ
   പറ്റി 'ആസാം പണിക്കാർ' എന്ന കവിത എഴുതിയ വൈലോപ്പിള്ളി ('സഹ്യന്റെ
   മകൻ' ഇദ്ദേഹത്തിന്റെ പ്രസിദ്ധ കവിത)

മാറത്തുചായും നാട്ടു-
കനവിൻ കവിളത്തും,
നക്ഷത്രവിളക്കിന്റെ
നിഴലിൽ ശലോമോന്റെ
മുഗ്ദ്ധകാമത്തെക്കാക്കും
ഇടയപ്പെണ്ണാളിലും
സ്നേഹമുദ്രകൾ ചാർത്താൻ
തേയിലത്തോട്ടങ്ങൾതൻ
കാമുകപ്പട പണ്ടു
തിരിച്ചുമടങ്ങുമ്പോൾ,
അന്നു പാടിയ യാത്ര-
പ്പാട്ടിലെ വികാരത്തി
ന്നംഗരാഗങ്ങൾ തെക്കൻ-
കാറ്റിലൂടരിച്ചെത്തി,
ഇന്നിതാ ചുറ്റിത്തിരി-
ഞ്ഞാലുവാപ്പുഴയോര-
ത്തന്തിമാനത്തിൻ ചോട്ടി-
ലിന്ത്യയെ വരയ്ക്കുന്നു

8

ചുണ്ടത്തു ഹസാരിക[6]
പുരട്ടും തേൻതുള്ളികൾ
പങ്കുവെച്ചിവർക്കുള്ളിൽ
കേരളം വളരുന്നു.
പണ്ടൊരു ഘടോൽകചൻ[7]
ചൂടിച്ച മലങ്കാടി–
ന്നുൺമയും നേരുംചൂരു-
മിവരിൽ വിരിയുമ്പോൾ,
കേരളത്തിനു പുത്തൻ
യൌവനം തീർക്കുന്നൊരെൻ
തോഴരാം പണിക്കാരേ
നാമൊരേ വീടാണല്ലോ.

9

തങ്ങളിൽ തുണ്ടം തുണ്ട-
മാകൊലാ ലോകത്തിന്റെ

---

6. ഹിന്ദി സിനിമയിലെ പ്രമുഖ സംഗീതസംവിധായകനായിരുന്ന ഭൂപേൻ ഹസാരിക. ഇദ്ദേഹം 'പഹാഡി'കളുടെ ഗായകനായിരുന്നു.
7. ഘടോൽകചൻ – ഭീമന് ഹിഡുംബിയിലുണ്ടായ മകൻ. ഇവരുടെ സ്ഥലം ആസാമിലെ കാമരൂപവനമെന്നു പുരാണം.

കണ്ണിൽ നാം ശ്രീബുദ്ധനെ
തൊട്ടഭാരതഖണ്ഡം.
മടിയന്മാരാമെന്റെ
മക്കൾക്കു മലയാള-
ത്തൊടിയിൽ കളനുള്ളൽ
പോലുമിന്നപമാനം.
അവരോ പറ,ന്നന്യ-
ദേശത്തു സായിപ്പിന്റെ
ചിറകിന്നകം ശീമ-
ക്കഞ്ചുകം വിരിക്കുമ്പോൾ,
കുറവു നികത്തുന്നു
നിങ്ങളെൻ മരുമക്കൾ
മലരേ,താണെന്നാലും
ഒന്നുതാനല്ലോ ധർമ്മം.

10

ഒരുമിച്ചിക്കൊല്ലത്തെ-
യോണത്തിനൊന്നാം പന്തി-
യ്ക്കിലവെച്ചുണ്ണാം ചാരി-
താർത്ഥ്യമേ, കടംവീട്ടൽ.
എത്രയായാലും ചുടു-
വേർപ്പിന്റെ വെള്ളിച്ചില-
മ്പിട്ടു തുള്ളുമ്പോഴല്ലേ
സംഘനൃത്തത്തിൻ ചന്തം

കറുത്തപെണ്ണേ
കരിങ്കുഴലീ

വയൽ വരമ്പിൽ കാവൽനിന്ന
കറുത്തപെണ്ണേ കരിങ്കുഴലീ,
വരുംകാലം നമ്മളെ നാം
തിരിച്ചറിയുന്നൂ.

ഇടറി വീണ പദങ്ങളിൽ നിൻ
ഉയിർപ്പും കണ്ണീർപ്പുളിപ്പും
കനൽ വിളക്കിൻ തിരിതെളിക്കും
നേർത്ത നെടുവീർപ്പും

തുടരെ നമ്മൾ നിവേദിക്കെ
പ്രകൃതി കണ്ണുതുറന്നതാമോ
പ്രണയിനീ, നിൻ ശ്യാമകതിരവ
നുദയമായെന്നോ!

2

വെച്ചുനീട്ടുമൊരുദാരതയെ
കൈകൾ നീട്ടി സ്വീകരിക്കാൻ
ഇത്രമടിയെ,ന്തിടവമുകിലിനു
പ്രിയപ്പെട്ടവളേ!
അമ്മവീടുകളസ്തമിക്കെ
കുലവധുക്കൾ നോക്കി നില്ക്കെ

പൊന്നു കെട്ടിയ ഖരഹരപ്രിയ[1]
പടികടന്നെത്തി.

3

നാട്ടുവീണയൊതുക്കിയെന്നെ
കാത്തുനിന്ന കറുത്ത കവിതേ,
പോർക്കലീ, നീ കളം നിറയാ-
നമാന്തിക്കരുതേ!
ഞാറ്റുവേലകൾ വന്നു നമ്മുടെ
രാക്കിനാവുകൾ 'നേരുനേരെ'-
ന്നാർക്കവേ, [2]വല്ലങ്കിവേല-
തിളച്ചുമറിയുമ്പോൾ,
മുലമറച്ചവൾ മുടിവിടർത്തി-
ച്ചിരി പതച്ചവൾ, രുധിരകാളീ
പകലിറമ്പിൽ, ചിറവരമ്പിൽ
കണ്ടുമുട്ടും നാം..

4

[3]തിശ്രജാതിത്രിപുടയിൽ നിൻ
[4]ഷൺമുഖപ്രിയനുകരുവാനോ
തൃക്കപാലീശ്വരൻ കാലം
കാത്തു നില്ക്കുന്നു.

ദ്രുതവിളംബിത വടിവിൽ നീയെൻ
പവിഴമല്ലിത്തറയിൽ നാലാം
കുളികഴിഞ്ഞൊരു ഹൈമവതിയായ്
തിരികൊളുത്തുമ്പോൾ
പണ്ടു നിന്നെ വലിച്ചിഴച്ച
ചരിത്ര വഴികളിലൂടെ നമ്മൾ
വില്ലുവണ്ടിയിൽ വീണ്ടുമിങ്ങനെ
യാത്ര തുടരുമ്പോൾ,
കാലഭൈരവ,നരികിൽ വന്നു
ദിനാന്തഭസ്മം വാരിവിതറി-
ക്കാമുകീ, നിന്നുടൽ പെരുക്കാൻ
തുടിമുഴക്കുന്നൂ.

1,3,4,5 ഖരഹരപ്രിയ, ഷൺമുഖപ്രിയ, ശങ്കരാഭരണം - രാഗങ്ങൾ
2. വല്ലങ്കിവേല - പാലക്കാട്ടെ ഒരു വലിയ ഉത്സവം
3. തിശ്രജാതി ത്രിപുട -ഒരുതാളം

5

നിലക്കണ്ണാടിയിൽ നോക്കി-
പ്പൊട്ടുകുത്തി സ്വയം നിന്നെ-
ത്തിരിച്ചറിയാൻ നേരമായെ-
ന്നുസുരമാതാക്കൾ.

ഇത്തരം ഒരു പടയൊരുക്കം
കാണുവാനാ,യെത്രനാളായ്
ഹൃദ്രമേ, നിന്നിടംകണ്ണിൽ
ഞാനിരിക്കുന്നൂ.
ഇത്തരം ഒരു കനൽക്കാറ്റിനു
ചിറകുവിരിയും മുഹൂർത്തത്തിനും
ചക്കരേ, നിൻമഴനിലാവിനു
കാവൽനിന്നൂ ഞാൻ

6

അത്യഗാധതയിങ്കൽ നദിക-
ളൊളിച്ച പാരുഷ്യങ്ങൾ പ്രളയ-
പ്പുത്തിനീർത്തിയ മനുസ്മൃതികൾ
മുനിഞ്ഞു കത്തുമ്പോൾ,
ത്രിപുര സുന്ദരിയെന്നുനിന്നെ
വിളിക്കുവാൻകൊതി, യെങ്കിലോ നിൻ
ഉടൽ വിയർപ്പിൽനിന്നു കേരള
മുയിർക്കുന്നേരം,
ശിവഗിരിക്കും കരിമലയ്ക്കും
തിനവിതയ്ക്കും പ്രതീക്ഷയ്ക്കും
രുധിര സിംഫണിയൊരുക്കുന്നവ-
രണി നിരക്കട്ടെ!
ഗംഗ തീണ്ടിവരുന്ന പെണ്ണേ,
മത്സ്യഗന്ധീ, നിന്നിൽ നിന്നൊരു
⁵ശങ്കരാഭരണം; കിഴക്കൻ
മല ചുവക്കട്ടെ!

ജമീല

കാഴ്ചകൾ നമ്മെച്ചതിച്ചുവെന്നോ, ശിവ-
രാത്രികളസ്തമിച്ചെന്നോ
കാറ്റിനെപ്പിച്ചവെക്കാൻ പഠിപ്പിച്ചവൾ,
കാട്ടിലെപ്പൊൻമുള, ശ്യാമരാഗത്തിനെ
തീർത്തും മറന്നുപോയെന്നോ!

1

അല്ലേ ജമീലാ, കറിച്ചട്ടിയിൽ ചോറു
പങ്കിട്ടു നമ്മൾ പരസ്പരം ഊട്ടിയോർ,
റംസാൻ നിലാവിൽ വയലാർക്കവിതകൾ
ചുണ്ടത്തു തമ്മിൽപ്പുരട്ടിപ്പുണർന്നവർ,
എങ്ങനെ രണ്ടു കരകളിലായെന്നു
പമ്പ ചോദിക്കുന്നു; രാമന്റെ കാമുകി,
[1]ചാദുവീൻ കാ ചാന്ദിനൊപ്പം

2

ഇങ്ങനെപോയാൽ മലമ്പാതയിൽവെച്ചു
മഞ്ഞുകരടികൾ നമ്മെ വിഴുങ്ങുമോ?
രാപ്പനിയാർന്ന കിളികൾ ചിലയ്ക്കുന്ന
രാത്രിഞ്ചരീമരം പേടിപ്പെടുത്തുമോ?

---

1.   പ്രസിദ്ധമായ ഹിന്ദി ചലച്ചിത്രഗാനം (ചൗദുവീൻ കാ ചാന്ദുഹോ)

നമ്മെത്തിരിച്ചറിയാത്തവരാക്കിയ
കള്ള പ്രമാണങ്ങൾ കത്തിരാകുന്നുവോ,
ചെമ്മീനിലെ കറുത്തമ്മേ?

3

ആറ്റിറമ്പത്തെക്കറുമ്പിയാം കൈതയ്ക്കു
പേറ്റുനോവാണെന്നറിഞ്ഞ നേരം മുതൽ,
ചുറ്റും ചിലച്ചുപറന്നു വിയർക്കുന്ന
പക്ഷികൾ ലക്ഷ്മീഭഗവതിമാരെന്നു
പച്ചിലക്കാടു പഠിപ്പിച്ച കാലമേ,
പിച്ചകവള്ളി പുണർന്ന ശ്രീരാഗമേ,
ഒന്നു തിരിഞ്ഞു നോക്കാത്തതെന്തേ? വെയിൽ
കണ്ണുരുട്ടുന്നുവോ രാക്ഷസിച്ചിറ്റയായ്
(കുന്തിപ്പുഴക്കെന്തു പറ്റി?)

4

അല്ലേ ജമീലാ, മടങ്ങുമീ വേളയിൽ
നമ്മളെത്തീരെത്തിരിച്ചറിയാത്തൊരീ
മണ്ണിൽ, പിതൃക്ക,ളശാന്തരാ,ണാദിത്യ
ബന്ധം തുലഞ്ഞ നിലവറകൾക്കകം
ബന്ധിതരാണവർ; പാതാളവേരാർന്നു
ശങ്കരഭൂതമായ് നാളെ മുളച്ചവർ
വന്നു തീതുപ്പും വസന്തസ്ഥലികളിൽ,
ഗംഗതീണ്ടാത്ത പറയത്തറകളിൽ,
[2]അംഗുലീമാലന്റെ മക്കൾ

5

മുഞ്ഞികറുഞ്ഞൊരമാവാസി മാനത്തു
കണ്ണുപൊടിഞ്ഞു സ്വയം ശപിക്കുന്നിടം
ഞാറ്റുകണ്ടങ്ങൾക്കുമേൽ അരിവാളിന്റെ
മൂർച്ചകൂട്ടാൻ ശിലതേടുമഹല്യക്കു
കൂട്ടുവായയോ ശ്രീകുരുമ്പേ, നിറമുകിൽ
രാത്രിയിൽ ആറുകാലത്തിൽ തിമിർക്കുന്നൊ-
രാൽത്തറപ്പെൺപുരമാകാം.

---

2. ബുദ്ധകഥയിലെ ഒരു കഥാപാത്രം (അംഗുലീമാലൻ) നീചനായിരുന്നു ആദ്യം, പിന്നീട്
നല്ലവനായി.

6

അല്ലേ ജമീലാ, നമുക്കീശ്വരൻതന്ന
നല്ല നേരങ്ങൾതൻ ജീവഗന്ധങ്ങളെ
ചോരമണപ്പിച്ചു വേറൊരിടത്തേക്കി
താരേ പറിച്ചുനടുന്നു; നിറകൊണ്ട
പാതിരാനേരത്തുണർന്നൂരുചറ്റുന്ന
കാളിമാതാക്കളേ, നിങ്ങൾ മറന്നുവോ
നേരംപുലരും വരേക്കിവർപാടിയ
[3]'വാസന്ത പഞ്ചമിനാളിൽ?'

7

ശക്തിമുഴുക്കെയും സംഭരിച്ചീനദി
സഹ്യനിലേക്കു തിരിച്ചൊഴുകുമ്പോഴും
രാസനിലാവിനാൽ കാഴ്ചമുരടിച്ച
രാധേ, [4]യദുകുലകാംബോജിതന്നിതൾ
നിന്റെ കവിളത്തുകാക്കത്തുടലിയായ്
വന്നു മുത്തുന്നുവോ കൃഷ്ണാഷ്ടമികളിൽ;
നൊമ്പരമീരമാർക്കൊപ്പം, മഴനിലാ-
വുണ്ണും [5]'വിമല'മാർക്കൊപ്പം

8

ചുട്ടികുത്തിക്കാൻ കിടന്ന പിഷാരടി
സ്വപ്നം ഫലിച്ചെ,ന്നമറിക്കുതിച്ചിതാ
രക്തരക്ഷസ്സായ് വസൂരിതുപ്പിക്കൊണ്ടു
തെക്കോട്ടുപായുന്നു വാളുംചിലമ്പുമായ്
പുത്രവധുക്കൾക്കുനേരേ;
'ഭാരതമെന്നപേർ' കേട്ടതുകാരണം
താതാകണ്ബൻ തല കുമ്പിട്ടുനില്ക്കുന്നു
[6]'താനേ തിരിഞ്ഞും മറിഞ്ഞും' കിടക്കുന്ന
പാവനഗാനത്തിനൊപ്പം

---

3. ഭാർഗവീനിലയം സിനിമയിലെ പ്രസിദ്ധഗാനം (വാസന്ത പഞ്ചമിനാളിൽ)
4. ഒരു രാഗം (യദുകുലകാംബോജി)
5. എം ടിയുടെ 'മഞ്ഞിലെ' പ്രധാന കഥാപാത്രം (വിമല)
6. പി ഭാസ്കരന്റെ പ്രസിദ്ധ ചലച്ചിത്രഗാനം (താനേ തിരിഞ്ഞും മറിഞ്ഞും)

9

ഇങ്ങനെപോയാലശാന്തനാം കേശവാ
നിൻ യുദ്ധതന്ത്രവിരുദ്ധമാം പുസ്തകം
ഞങ്ങൾകത്തിച്ചതിൻ ചാരംകലക്കിയ
തണ്ണീർകുടിച്ചുതെഴുത്തു പുലങ്ങളിൽ
വന്നു വരാഹങ്ങളാകും; യമുനയെ
കൊന്നവരെന്നാർത്തു തുള്ളും വ്രജത്തിലെ
മങ്കമാർക്കാധിവളർത്തും.

10

പച്ചമനുഷ്യത്തൊലിപൊതിഞ്ഞാൽ തുടി
ശബ്ദസുഭഗമെന്നാരോ വിധിക്കയാൽ,
നായാടിയാം വനവാസിച്ചെറുക്കനെ
കാലന്റെ മുന്നിൽ കടിച്ചുകീറുന്നവർ,
നാടിറങ്ങുന്നു, നരിച്ചൂരടിക്കുന്നു
സീതേ നമുക്കു മടങ്ങാം;
ത്രേതായുഗത്തിന്റെ വാതിൽതഴുതിട്ടു
വേഗം നമുക്കു മടങ്ങാം

11

അല്ലേ ജമീലാ, പ്രകാശവേഗങ്ങളിൽ
നമ്മൾ മുളപ്പിച്ച പാവം കിറുക്കുകൾ,
കൊയ്തു കവിതയായ് ധാന്യപ്പുരനിറ-
ച്ചന്നം വിളമ്പിയ കൈകളറുത്തെന്നു
സന്ധ്യമൊഴിഞ്ഞതു കേട്ടനേരം തൊട്ടു
രാജകുമാരിയെപ്പാടിയുറക്കിയ
രാഗം മരിച്ചെന്നു സൈഗാൾ[7]

12

വേഗം തിരിയെ മടങ്ങാം പുരോഹിത
പാദങ്ങളിൽ കണ്ട ചെമ്പുവള, നീല-
നാഗങ്ങളാകാൻ അരനിമിഷം വേണ്ട
കാശീപുരേശ്വരിമാരേ!
സ്വന്തം പ്രതീക്ഷയും ചിന്തയും പ്രേമവും

---

7.   വിശ്വപ്രസിദ്ധ ഗായകൻ – സോജാ രാജകുമാരി ഇദ്ദേഹത്തിന്റെ പ്രസിദ്ധഗാനം
(സൈഗാൾ)

നെഞ്ചിൽ വരച്ച കുരിശടയാളവും
എല്ലാം അപരന്റെ തീരുമാനം കണ-
ക്കെങ്കിൽ മരണമേ ധന്യം!
എല്ലാം അപരന്റെ തീരുമാനം കണ-
ക്കെങ്കിൽ നരകമേ രമ്യം

13

തെക്കേമുനമ്പിൽ ത്രിപുടതാളം തിള-
ച്ചുഷ്ഠദിക്പാലകരോടും ചുടലയിൽ,
മക്കളെച്ചുട്ടുതിന്നും മാരിയമ്മനു
ദക്ഷിണവെക്കുന്നു രാമേശ്വരം കടൽ;
മറ്റൊരഗസ്ത്യന്റെ ദ്രാവിഡക്കാവടി-
നൃത്തച്ചുവടുകളോടെ, [8]പെരിയോറി-
ലെത്തിയുറഞ്ഞുതുള്ളുന്നു.

14

മറ്റുള്ളവരുടെ ശീതത്തെഴുപ്പിനെ,
മഞ്ഞിൻമറയിലെ ചന്ദ്രവിളക്കിനെ,
മുറ്റിത്തഴയ്ക്കും വികാരങ്ങളെ, വെയിൽ-
ക്കുട്ടികൾ സൂര്യനുനേർക്കു കൈനീട്ടുന്ന
മദ്ധ്യാഹ്നവേനൽക്കരിമ്പുപാടങ്ങളെ,
ഒക്കെ വിലയ്ക്കുവാങ്ങിച്ചവനേ, നീല-
വെട്ടത്തിൽ നീരാടുവോനേ,
നീയെനിക്കജ്ഞാതന,ല്ലെൻ ജമീലയെ
കാതൽ മരത്തിലെ കാക്കപ്പൂവാക്കുവാൻ
ചാനൽത്തിരുമിഴിത്തേനമ്പു നീട്ടിയ
രാസായുധപ്പെരുമാളേ,
നിന്നെ '[9]തെനാർദ്ദിയ'രെന്നു വിളിച്ചവ-
രെന്നിലെ പൂർവ്വപിതാക്കൾ.

15

അല്ലേ, ജമീലാ, കടൽമുത്തുകൾ നമു-
ക്കുണ്ടായിരുന്നെന്നു ചൊല്ലിക്കൊതിപ്പിച്ച
കർമ്മകാണ്ഡത്തിലെ പ്രാണാക്ഷരങ്ങൾ തൻ

---

8.   പെരിയോർ എന്ന രാമസ്വാമിനായ്ക്കർ
9.   'പാവങ്ങ'ളിലെ നീച കഥാപാത്രം (തെനാർദിയർ)

കണ്ണുകൾ രണ്ടും തുറന്നതാരേ, നറും
തേനിലഞ്ഞിപ്പൂനിറച്ച പാത്രത്തിന്റെ
മൂടി തുറന്നതിൽ സർപ്പരക്തം തളി-
ച്ചാരേ പതുങ്ങിനില്ക്കുന്നു; നിളയുടെ
നീരലകൈകൾക്കറിയുമാ നീചനെ
മാമാങ്കരാവുകൾ തൊട്ടേ!
കാഴ്ചകൾ നമ്മെ ചതിച്ചുവെന്നോ, ശിവ
രാത്രികളസ്തമിച്ചെന്നോ!

16

ഭാരതവാക്യം

ക്ലാവുപൂവിട്ട ചെമ്പരഞ്ഞാണം,
കാമതാപം കറുപ്പിച്ച കൺതടം,
ഭൂതകാലച്ചുഴികൾക്കുതാഴെ
ജീവിതം വന്നുഴിഞ്ഞ സോപാനം.
സിന്ധുഗംഗാ സമതലഭൂവിൽ,
മൺചെരാതിന്റെ മഞ്ഞ വെട്ടത്തിൽ,
അസ്തമിക്കുന്ന സൂര്യന്നുനേരെ,
വക്കടർന്ന മൺപാത്രവും നീട്ടി,
വസ്ത്രശൂന്യമാം മാറിടം കാട്ടി,
അസ്ത്രവേഗപ്രതാപങ്ങൾ മങ്ങി
ഇപ്രകാരമൊരു ശിലാശില്പം
വൃദ്ധതാപസാ നീ കാൺമതില്ലേ?
ഇന്ത്യയെന്നതിൻ താഴെക്കുറിക്കാ-
നെന്തു കൊണ്ടോ മടിക്കുന്നു വ്യാസൻ

കുഞ്ഞു ബുദ്ധന്മാർ

ഗുഹയിൽ കുടുങ്ങിയ
കുട്ടികൾ, ഇന്ത്യക്കാര-
ല്ല, വരെ കണ്ടിട്ടില്ല
നാമൊരുവട്ടം പോലും.
എങ്കിലുമവർ സർപ്പ-
വായിൽ നിന്നെത്തുംവരെ
എന്തൊരു തീയായിരുന്നു
ന്നിന്ത്യതൻ നെഞ്ചിൽപ്പോലും

ഇപ്പൊഴാമക്കൾ, മൊട്ട-
ത്തലയും കാട്ടിച്ചിരി-
ച്ചെത്തി നില്ക്കുമ്പോൾ നമു-
ക്കെന്തൊരുഹർഷോന്മാദം!
ഈ വികാരത്തിൻ പേരാ-
ണാർദ്രമാം മനുഷ്യത്വം;
ഈ വിശാലത വിശ്വ-
മാകെ നാം പടർത്തേണം!

ആൽമരം നാടെമ്പാടും
വളർന്നാൽ പോരാ; ചോട്ടി-
ലാദിഗൗതമ പ്രേമ
വിളക്കും മുളയ്ക്കണം
'ഭാരതമെന്നാലഭി-

മാനപൂരിത'മെന്ന
ഗീതകമപ്പോൾ മാത്രം
സാർത്ഥകമെന്നോർക്കണം.

മരിച്ചുജീവിച്ചോരേ,
കുഞ്ഞുബുദ്ധരേ, നിങ്ങൾ
കിഴക്കൻ കാറ്റേല്ക്കുമ്പോൾ
ഞങ്ങളെയോർമ്മിക്കുമോ?
ലോകമാകെയും രണ്ടു
കൈകളായ് കൂപ്പിക്കുമ്പി
സ്നേഹവാതിലിൽ നിന്ന
നിമിഷം മറക്കല്ലേ!

ഒരു ഉരുൾപ്പൊട്ടലിന്റെ ബാക്കിപത്രം

[1]ഇംഗാലസാത്മീകരണം
കഴിഞ്ഞവൾ,
പെൺമാതളത്തിൽ
നെടുവീർപ്പുമാതിരി,
എന്നെത്തിരിച്ചറി–
ഞ്ഞെൻ വിരൽമുദ്രകൾ
എല്ലാമറിഞ്ഞു കീഴ്–
ച്ചുണ്ടുകടിച്ചുതൻ
സമ്മതപത്രത്തിൽ നീലക്കടമിഴി–
ത്തുമ്പിനാൽ ഒപ്പിട്ടു നീട്ടും അപാരത–
യ്ക്കെന്തു പേരിട്ടു വിളിക്കും? പരാജയ
ഖിന്നമാം ഗ്രാമഹൃദയമേ,
കാഴ്ചകൾക്കെല്ലാമതീതമായ്–
വേറിട്ടൊരിന്ദ്രിയം
നമ്മെ നയിക്കുന്നതുണ്ടോ
വലംപിരിശംഖിലെ തീർത്ഥത്തിൽ
നാദശരീരിയാം
തമ്പുരാൻ തൻ നിഴൽപോലെ.

2

രാസത്വരകങ്ങളാകുമീ നമ്മളെ
കാമം തളിർത്ത കവിത മണപ്പിച്ചു

ബോധം പകുതി മറച്ചു തുടലിട്ടു
പാപത്തറകളിൽ
പിച്ച നടത്തുന്ന
കാമുകനാം മന്ത്രവാദിച്ചെറുക്കനി-
താരുടെ രൂപസാദൃശ്യം? കനൽപൂത്ത
നഗരസായന്തന-
പ്പൂരത്തിരക്കിലാ-
പ്പെരിയ മായാവിയെ-
ക്കണ്ടാലറിയുമോ
തെരുവിലെ നഷ്ടബാല്യങ്ങൾ?
പുഴുക്കൾതി, ന്നുടൽ വിണ്ടുകീറിയോ-
രമ്മദൈവങ്ങൾ?
ഉന്മാദസായന്തനങ്ങൾ?

3

ചേറും തെറിയും
നിലയ്ക്കാത്തൊരാർത്തവ-
ച്ചോരമണവും തിരുജടയ്ക്കുള്ളിലെ
പതിമരിച്ചതിങ്കൾക്കിടാവും ധരി-
ച്ചൂരുചുറ്റുന്നവൾ,
രേവതിച്ചിറ്റയാൾ,
ആരുടെ നേർപെങ്ങളാകാം?
അതിർത്തിയിൽ,
വെടിയേറ്റു വീണ ജവാൻ
ജിനദേവന്റെ
വിധവയെന്നാരോപറഞ്ഞുകേട്ടു;
ശിലാ ലിഖിതങ്ങളിൽ പേരു
കാണായ്കയാൽ നേരു
തിരയും ചരിത്ര ഗവേഷകർക്കറിയില്ല;
ഭ്രാന്തിക്കു[2]വട്ടെഴു-
ത്തൊട്ടും വശമില്ല
അറിയുവതു മറവിയുടെ
മറുവീടുമാത്രം.

4

മലപുകഞ്ഞുരുൾപൊട്ടി-

---

2.   വട്ടെഴുത്ത് - പ്രാചീന ലിപി സമ്പ്രദായം

യജ്ഞാതല,വകൾ-
ക്കടിയിൽ തലയറ്റു ചീഞ്ഞു ശവങ്ങൾക്കു
മരണകുടീരങ്ങൾ
വേണ്ടാ, വിശുദ്ധമാം
രമണദാഹങ്ങൾക്കു
ചുണ്ടോടുചേർക്കുവാൻ
പ്രണയ സന്ത്രാസങ്ങൾ
വേണ്ടാ, നിറമാർന്ന
രതിവിതാനങ്ങളും
മേഘരാഗങ്ങൾ തൻ
വിരഹതന്മാത്രയും വേണ്ടാ;
വേണ്ടതിവർക്കു
കരി വാവിനിത്തിരി-
ച്ചോര കുടിക്കാൻ,
തലച്ചോർ ചവയ്ക്കുവാൻ,
ആരുമേതീണ്ടാത്തൊ-
രസുരമഠം; വെയിൽ-
ച്ചീളുകളെത്തി നോക്കാത്തൊരിടം, ഞങ്ങ-
ളിപ്പോൾ പിശാചുക്കളല്ലോ!

5

ചാരക്കഴുത്തിൽ കുടൽ മാലചുറ്റിയും
തീ വിരൽത്തുമ്പത്തു
കത്തിച്ച കണ്ണുമായ്
സർപ്പപാതാളം വരച്ചിട്ടനാഭിയിൽ
പുത്രവധുക്കൾതൻ
രേതസ്സ് മെഴുകിയും
രക്തമൊലിക്കുന്ന പിച്ചളത്തേറ്റയാൽ
നഗ്നവക്ഷോജം
നെടുകെപ്പിളർത്തിയും
സഞ്ചരിക്കുന്നൊരശുദ്ധ ജന്മങ്ങളെ
കണ്ടാൽ നടുങ്ങുമേ,
കർക്കടകരാവുകൾ?
ഗതിയറ്റ ഞങ്ങൾക്കു
താമസിക്കാനൊരു
ചുടലപ്പറമ്പും കരിമ്പനയും
വേരിലിടിവാൾ തിരുകുന്ന
കാഞ്ഞിരവും നിങ്ങൾ

സദയം പതിച്ചുതരാമോ?
"ചെകുത്താന്റെ പുരവാസ്തുബലിയെന്നു"
ചെണ്ട കൊട്ടിക്കാതെ
പുലരുവാനനുവദിക്കാമോ? കനിവുള്ള
പള്ളിബാണപ്പെരുമാളേ!

6

താഴ്വരകളില്ലാത്ത
മലകളുണ്ടെന്നോ?
താമരകൾ കരിയും
ഋതുക്കൾ വരുമെന്നോ?
കഴലും ചിറകു-
മൊരേ പോലെഴുന്നവർ
കടലുപ്പുവെള്ളം കുടിച്ചുപുലരുന്നവർ,
അപരഗ്രഹങ്ങളിൽ
നിന്നുമീയുഴിയിൽ
അന്തിവിരുന്നുകാ-
രായ്വരുമെന്നതും
നേരാകുമെന്നോ?
വിശുദ്ധമാം നേരുകൾ
നീ തൊടുവോളം അപൂർണ്ണം!
ദയാ, മയീ, നിൻനെടുവീർപ്പിൻ
സുഗന്ധം പുണരാത്ത
നന്മകൾക്കില്ല വസന്തം!

7

അറിവുകൾ പൊട്ടി-
യൊലിക്കുമശാന്തികൾ,
സമനിലതെറ്റിച്ച
ഭ്രാന്തഹൃദയത്തിലെ,
മെഴുകുതിരിവെട്ടമേ,
നാമൊരേ വീട്ടുകാർ
ഉരുകിമുടിയും ദുരാത്മാക്കൾ!

കല്പാത്തിയിലെ ശങ്കരാഭരണം

ശങ്കരാഭരണം തുടിക്കും
സുപ്രഭാതങ്ങൾ കിഴക്കൻ
ദന്തഗോപുരവാസിയാം ഭഗ-
വാന്റെ തേങ്ങലുകൾ.
ഇലച്ചാർത്തുകളേറ്റുവാങ്ങി-
പ്പൂങ്കിടുന്നതു നോക്കി നില്ക്കെ,
തലക്കാവേരിപ്പുഴയ്ക്കൊരു
നീലമയിലാട്ടം.
തമ്പുരാന്റെ പ്രസാദമാണൊരു
തുള്ളിപോലും പാഴിലാവരു-
തെന്നു കുമ്പാരത്തിഹൃദയ-
ക്കുമ്പിൾ നീട്ടുമ്പോൾ,
പളനിമലയുടെ മുടിയിൽ നിന്നൊരു
ഷൺമുഖ പ്രിയരാഗമഴകിൽ
നിളകടന്നൊരു കാട്ടുപൂവിൻ
കരളിൽ മുത്തുന്നു.

(2)

നാലുപാടും നോക്കുവാനെ-
ന്താരുകണ്ടാ,ലെന്ത്? വള്ളി-
ക്കാദിതാളം കരളിൽ വിതറിയ
കവിതയല്ലേ നീ?

മിഴികലങ്ങിയതെന്തിനെന്നാ-
പൂവിനോട് വസന്തസേനകൾ
ഒരുതരിത്തേൻ വെച്ചുനീട്ടി-
ക്കുശലമാരാഞ്ഞു.
"ഗോത്രമഹിമ കുറഞ്ഞൊരെന്റെ
കഴുത്തുനുള്ളും തമ്പുരാക്കൾ
കാട്ടുവള്ളിയിലിവൾ വിരിഞ്ഞ-
തറിഞ്ഞു കൂടെന്നോ?"
കപട സന്മാർഗ്ഗികൾക്കെതിരെ
ഇവിടെനിന്നു തുടങ്ങണം നിൻ
പടയൊരുക്കമിതെന്നു സൂര്യൻ
വിരൽചൂണ്ടുന്നു.

(3)

സ്നേഹമേ, നിൻ സങ്കടാഭര-
ണങ്ങൾ വാരിയണിഞ്ഞു ദേവകൾ
ഭൂമിയിൽ വ,ന്നവതരിക്കാ
നെത്രകാലമിനി!
മഹാമംഗല ദർശനങ്ങൾ,
കൊടുങ്കാറ്റുകൾ, സർഗ്ഗജീവിത
കലാപങ്ങൾ, നേരെഴുത്തി-
ന്നഗ്നിനാളങ്ങൾ;
ഒക്കെയെഴുതു മറിച്ചതാണീ
കൊച്ചുകേരള,മെങ്കിലും നാ-
മിപ്പൊഴും നിഴൽ തിന്നു കുറുകിയ
ദുഷ്ടജന്മങ്ങൾ!
സ്നേഹമേ, നിൻ അഖിലബാന്ധവ
രശ്മികൾ വ,ന്നെന്റെ നാട്ടിൽ
ചാലുകീറിത്തിനവിതയ്ക്കും
കാലമെന്നാവോ!

(4)

ഇതുവഴിക്കുനടന്നു പ്രണയ-
സ്തവം വാരിവിതച്ചുപാവം
നിമിഷപുത്രികൾ ചിറകിലമ്പു
തറച്ചു പിടയുമ്പോൾ,
മിഥുന മാസച്ചിത്രവാതി-

ലടച്ചു ഗ്രന്ഥപ്പുരയിലേതോ
കവിത തിരയുകയാണുഗന്ധ-
വിശുദ്ധ നിമിഷങ്ങൾ.
വഴിപിഴച്ച നിഷാദകാമുക-
രാകുമോ, ചതി ചെയ്തവർ; ഞാൻ
പലവഴിക്കും തിരഞ്ഞൊടുവിൽ
നേരിനെത്തൊട്ടു.

(5)

കവിതവറ്റിയ കാവുകൾ ത-
ന്നുള്ളിൽ വീണു പൊലിഞ്ഞ ജീവിത-
രതികൾ പൂർവ്വപിതാക്കളാകും
കള്ളിമുൾച്ചെടികൾ;
മർത്യജീവിതസർഗ്ഗകാമന-
കൾക്കു നേർക്കവ,രസൂയക്കാർ,
സർപ്പശരമെയ്തൊളിക്കുന്നൂ
ചുടലവെട്ടത്തിൽ,
സദാചാരപ്പൊയ്മുഖങ്ങൾ-
ക്കുള്ളിലെപ്പുണ്ണുകൾക്കെതിരെ
കലാകേരളമുയിർക്കാനിനി
എത്ര തിരുവോണം?

(6)

പിന്നെയും [1]കൽപ്പാത്തിയിൽ ഞാൻ
[2]ശങ്കരാഭരണം വിതുമ്പും
അന്നപൂർണ്ണീനടയൊഴിഞ്ഞൊരു
കോണിൽ നില്ക്കുമ്പോൾ,
മാറിലെ മുറിവുണങ്ങാത്തവർ,
ജന്യരോഗങ്ങളെക്കണ്ടേൻ
[3]രാമനാഥൻ തൊട്ടുഴിഞ്ഞ
വസന്ത ദൂതികളെ,
പേരുതിരിയാതെന്നിലലയും
രാഗകന്യകമാർക്കുമുന്നിൽ
സാദരം ഞാൻ സമർപ്പിച്ചേൻ
വീണയും തുടിയും.

---

1. കൽപ്പാത്തി - സംഗീതത്തിനു പ്രാധാന്യമുള്ള ഒരു പാലക്കാടൻ ഗ്രാമം
2. ശങ്കരാഭരണം - ഒരു രാഗം
3. എം ഡി രാമനാഥൻ - പാലക്കാട്ടുകാരനായ പ്രസിദ്ധ സംഗീതജ്ഞൻ

ആയിരം നാവുള്ള മറ്റൊരു
രുധിരസിംഫണിവിരിയുവോളം
നീ കറുത്തവ,ളെന്ന പഴികേ-
ട്ടകം വിങ്ങരുതേ!

(7)

ശങ്കരാഭരണങ്ങൾ മറ്റൊരു
കാവടിച്ചിന്താകുവോളം
നിന്റെ കണ്ണിലെ മൺവിളക്കുകൾ
നീ കെടുത്തരുതേ!
രുദ്രകുമരിക്കോലമൊടുവിൽ
കാവുതീണ്ടിവരുംവരേയ്ക്കും
ഹൃദ്രമേ, നീ നിന്റെ ചോര-
പ്പൊട്ടു മായ്ക്കരുതേ!
പന്നഗാഭരണന്റെ ദ്രാവിഡ
ചെങ്കനൽക്കലി പൂക്കുവോളം
എന്റെ പെണ്ണേ നീ കിഴക്കിനു
കാവലാകണമേ!

ഓണാട്ടുകര

(പ്രസിദ്ധ കൃഷിയെഴുത്തുകാരനും ആകാശവാണി ഉദ്യോ
ഗസ്ഥനുമായ ശ്രീ മുരളീധരൻ തഴക്കരയ്ക്കു സ്നേഹ
പൂർവ്വം)

ഓണാട്ടുകര; പ്പാട-
ശേഖരം കുറുമുണ്ടൻ
ഞാറിന്റെ ചിരി കണ്ടോ?
മേഘങ്ങൾ വിരൽചൂണ്ടി.

മക്കളേ, കൃഷിപ്പിഴ-
യുണ്ടാകാതിരിക്കാനാ-
യെപ്പൊഴും പ്രാർത്ഥിക്കുവി-
നെന്നു കാളയെനിത്യം

തഴുകിത്താലോലിക്കും
കാർഷിക സംസ്കാരമേ,
ഇവിടേക്കെന്നാണിനി
മർത്യതയുടെ തേരിൽ?

2

കാലുകൾ കരിമണ്ണി-
ലുറപ്പിച്ചല്ലോ, വൃക്ഷ-
കാമുകാ, കൃഷിക്കാരാ

നിൻ നിലനില്പും നില്പും
കമുകും തെങ്ങും പ്ലാവും
കാട്ടുതെച്ചിയും വാഴ-
ത്തണലത്തെച്ചിൽപ്പാത്രം
മോറുന്ന കാക്കച്ചിയും
വളർത്തുനായും നീയും
പള്ളിയോടവും പാട്ടും
കടത്തുകാരത്തിയാം
കല്യാണി മൂപ്പത്തിയും
ചേരുമ്പോൾ തിരുവോണ-
മൂട്ടുവോർ, നിങ്ങൾ വിരി-
ഞ്ഞാടുന്നിതെന്നിൽ; ചാരു-
ഗന്ധിയാം കൈതപ്പൂവായ്.

3

ചുണ്ണാമ്പുവില്ക്കും പാണ്ടി-
ത്തള്ളയും ചെണ്ടക്കാരൻ
ചങ്കരൻ പെരിയോനും
പാടുന്ന ജൂമൈലത്തും
എപ്പോഴും വിരൽകൊണ്ടു
കണക്കു കൂട്ടിച്ചിരി-
ച്ചെത്തുന്ന ചിട്ടിക്കാരൻ
വർക്കിയും തങ്കപ്പെണ്ണും
വെളുത്ത ദീനാമ്മയും
കൈസറെത്തുടലിട്ടു
നടത്തും തൊപ്പിക്കാര-
നച്ചനും ജയശ്രീയും;
കാലമേ, ചെറുപോറൽ
പോലുമീച്ചിത്രത്തിനും
നേരിനും വരുത്തല്ലേ!
പൂവുകൾ കരഞ്ഞാലോ!

4

നടക്കാനിറങ്ങുന്ന
ഗ്രാമകർഷകനോടു
"വണക്കം പെരിയോർക-
ളേ" എന്നു പുലർവെട്ടം,

സുപ്രഭാതശ്രീ നേരും
നേരത്താഗൃഹസ്ഥന്റെ
ഹൃത്തിലെ പുളകത്തി-
നെന്തു പേരിടും നിങ്ങൾ?
തൂവെളിച്ചത്തിൻ പ്രിയ-
തോഴരാം കുട്ടിസ്സൂര്യ-
ന്മാരുടെ വിയർപ്പാലി-
പ്പാരിടം ഹരിതാഭം.
അവരെ കൃഷിക്കാര-
നെന്നല്ലോ വിളിപ്പൂനാം
അഭിമാനത്തിൻ ശംഖു-
മുദ്രയാണവർക്കുള്ളം.

5

കപ്പചുട്ടതും കട്ടൻ-
കാപ്പിയും മഴതോർന്ന
മുറ്റവും വെയിൽകൊത്തി-
പ്പാടുന്ന വണ്ണാത്തിയും
തോളത്തു കരിക്കോലു-
മായെത്തും പ്രഭാതത്തിൻ
മാറത്തു കനിവിന്റെ
കാട്ടുതേൻ മണക്കുന്നു.
ഇടയ്ക്കൊരല്പം ശബ്ദ-
മുയർത്തി വർത്താനങ്ങൾ
വഴക്കല്ലെത്! സ്നേഹ-
സ്വരസാധകമല്ലോ!
ഇങ്ങോട്ടു വന്നീത്തഴ-
പ്പായിലൊന്നിരുന്നാട്ടേ
ചിങ്ങമേ, തിരുവോണ-
പ്പെങ്ങളേ, "തെയ്യത്തിനം."

6

ഒരുമിച്ചൊരു നാടൻ
പാട്ടിന്റെ താളത്തിലീ
ഹരിചന്ദന ഗന്ധം
വാക്കിന്മേൽ വാരിപ്പൂശാം
ഏറ്റവും മുന്നിൽ "കുഞ്ഞേ-

നാച്ചനെ"*ത്തുണ കൂട്ടി-
ച്ചൂട്ടുവെട്ടത്തിൽ നമു-
ക്കോണത്തെ വരവേല്ക്കാം.
ഓണാട്ടുകരക്കാരേ;
നിങ്ങൾക്കെന്നകം വിങ്ങും
സ്വാഗതം; രവിവർമ്മ-
ച്ചിത്രത്തെത്തിടമ്പേറ്റി
കണ്ടിയൂർ മറ്റം ചുറ്റി
വള്ളിക്കുന്നത്തെക്കെത്തും
ചിങ്ങമേ, വിയർക്കുമ്പോ-
ളെന്നെ നീയോർമ്മിക്കുമോ?

---

* കുഞ്ഞേനാച്ചൻ – ശ്രീ പാറപ്പുറത്തിന്റെ പ്രസിദ്ധ കഥാപാത്രം

കുഞ്ഞാലി നാലാമൻ

ചരിത്രം

വടക്കു സാമൂതിരി-
പ്പാടിന്റെ കടൽസേന
നയിച്ച പോരാളിമാർ
കൂറെഴും കുഞ്ഞാലിമാർ,
അവർതൻ ദേശസ്നേഹ-
പൂരിതം ചരിത്രത്തി-
ന്നവസാനത്തെത്താളി-
ലെങ്ങനെ കണ്ണീർ വീണു!

കുഞ്ഞാലി നാലാമനെ-
ഗ്ഗോവയിൽ കൈകൾ കെട്ടി-
ക്കൊണ്ടു പോയ്ത്തുണ്ടം തുണ്ടം
അരിഞ്ഞതറിവീലേ?
കഴുത്തുകണ്ടിച്ചാദ്യം
മാറ്റിവെ,ച്ചുടൽ നാലായ്-
പ്പകുത്തു[1] പനാജിയി-
ലോരോരോദിക്കിൽവെച്ചു
ഉപ്പിലിട്ടഴുകാതെ
സൂക്ഷിച്ച തല, പിന്നെ-
ക്കപ്പലിൽക്കേറ്റിക്കണ്ണൂർ-
ക്കോട്ടമേൽ പ്രതിഷ്ഠിച്ചു

---

1. പനാജി – ഗോവയുടെ തലസ്ഥാനം

പറങ്കിപ്പരദേശി-
ക്കിങ്ങനെ ചെയ്യാൻ ചങ്കിൽ
പതിഞ്ഞ ധിക്കാരമി-
താരുടെ വരദാനം!

(1)

അനന്തരം

എനിക്കു നേർന്നുവെച്ചുള്ളോൾ
പിച്ചളക്കവിൾ മങ്കയെ,
അടിച്ചുമാറ്റിയെന്നാരാൻ
ആർത്തുതുള്ളുന്നു ചന്തയിൽ
തീവ്രാനുരാഗസ്ഥിതയാം
എന്റെ മംഗലഗൗരിയെ,
കാകോളരതിമേധക്കാർ
കട്ടെടുത്തതുമെങ്ങനെ?
ഏകാന്ത വനനീലിമയിൽ
ഏറുമാടത്തിനുള്ളിലായ്
തപിച്ചു വാഴുന്നവളിൽ
ചന്ദ്രമാൻകൊതിയാർന്നിതോ!
ഏതെങ്കിലു, മവൾ നഷ്ട-
പ്പെട്ടിതെൻ കഷ്ടരാശിയിൽ;
അവളേ വീണ്ടെടുപ്പോളം
അസ്ഥിരം ഭുവനത്രയം!
വള്ളുവക്കോനാതിരിയും
തെക്കും കൂറടിയാത്തിയും
വിളക്കിച്ചേർത്തതാണെന്റെ
വിളക്കും കൊടിമാടവും.

(2)

²മൃഗചർമ്മം പൊതിഞ്ഞുള്ളോ-
രമ്പലപ്പാണി³യിൽ നിത്യം
ശിവമന്ത്രമുരച്ചെന്മേൽ
ഭൂതസഞ്ചയസാധകം.
ക്ഷേത്രപാലരെനിക്കുള്ള
ശൂദ്രപ്പൊങ്കൽ നിവേദ്യങ്ങൾ

---

2.   മൃഗചർമ്മം – മാൻ തോൽ
3.   പാണി – ചാക്യാർകൂത്തിനുപയോഗിക്കുന്ന ഒരു വാദ്യം

കട്ടുതിന്നു തെഴുത്തിപ്പോൾ
കാടുകാട്ടുന്നു കീചകർ!

സർഗ്ഗജൈവ വികാരങ്ങൾ
വെടിഞ്ഞ സാമൂതിരിമാർ,
എന്നിലെ ഹരസാന്നിദ്ധ്യ-
പ്പൊന്നുരുക്കുന്നു മായയാൽ,
ഇവരേ കെടുകാര്യസ്ഥർ
എന്നെത്തീയിട്ടു ചുട്ടവർ,
മംഗലാതിരയാമെന്റെ
മങ്കയെപ്പുലയാട്ടിയോർ
മൂരാടുപുഴയിൽ മുങ്ങി-
ച്ചത്തതെന്റെ വസുന്ധര;
പറങ്കിത്തേവാങ്കങ്ങൾ
എച്ചിലാക്കിയ പായസം.

(3)

കഴുത്തുകണ്ടിക്കാനെൻ
മാപ്പിളത്തിരുനാഥരെ,
പറങ്കിച്ചതിവാളിൻനേർ-
ക്കെറിഞ്ഞതിവരല്ലയോ?
കാലമെത്ര കഴിഞ്ഞാലും
സാമൂരിപ്പെരുമാക്കളേ,
നാവികപ്പട നാഥന്റെ
ചോരനിങ്ങടെ കൈകളിൽ!

പടവെട്ടം പുണർന്നാടും
നാലാം കുഞ്ഞാലിവീരനെ
തുലച്ച നെറികേടോർക്കെ-
ച്ചങ്കുപൊട്ടുന്ന കാലമേ,
ആയിരം മഹിഷത്തിന്മേൽ
ആയിരം വജ്രഭൈരവർ,
യമാന്തകരുറഞ്ഞാടും
പോർക്കളം മമ ഹൃത്തടം!
മൂരാടു പുഴയും കാറ്റും
ഓളക്കൈകെളുമിപ്പൊഴും
തുഴഞ്ഞുവരുമേ, തോഴ
രെന്നു കേഴുന്നശാന്തരായ്.

(4)

വാക്കിന്മേൽ പ്രാണസാന്നിദ്ധ്യം,
നോക്കിലോ കടൽ മാണിക്യം
കത്തുന്ന കരിനീലത്തീ–
യോരോ കാലടിവെപ്പിലും;

ഇരിങ്ങൽപ്പാറതൻ മേലേ
ഇപ്രകാരമൊരാളിനെ
കണ്ടുവോ കടൽമങ്കയ്ക്കും
കാമം ചേർക്കുമോരാണിനെ?

ശ്രീവില്വ മലയിൽ വിരിയും
രാമകോദണ്ഡ കേളികൾ,
ഭാരതപ്പുഴയിൽ മുങ്ങി–
ച്ചത്തുപോയെന്നു മൈഥിലി
സങ്കടാത്മകനാം നാവാ–
മുകുന്ദ പരമാത്മാവേ,
മിണ്ടാഞ്ഞതെന്തേ കവിയാം[4]
നോവിന്നു തുണയായയോനേ!

ആലിലച്ചില്ലകൾ നീട്ടി–
ക്കരഞ്ഞോൾ കാളിമാതാവേ,[5]
മാമാങ്കച്ചുടുരക്തത്താൽ
മാറുപൊള്ളിച്ച പെങ്ങളേ,
ഒടുക്കം സാമൂതിരിയെ[6]
ത്തീകത്തിച്ചവൾ നീയല്ലേ?
ചരിത്രം വായിച്ചുടനേ
പാണനിങ്ങനെ തോന്നിപ്പോയ്!

(5)

അന്നദാനത്തിരക്കിൽപ്പെ–
ട്ടാദിത്യ – ശിവ മന്ത്രങ്ങൾ,

---

4. കവി – പൂന്താനം
5. കാളിമാതാവ് – തിരുമാന്ധാം കുന്നിലെ ദേവി
6. ഒടുവിലത്തെ സാമൂതിരി വെടിമരുന്നറയ്ക്കു തീകൊളുത്തി ആത്മഹത്യ ചെയ്തു.

പിഴച്ചു ചൊല്ലിയെന്നന്മേൽ
ചൂരൽ വീഴ്ത്തിയ നമ്പിടി,
കുറ്റമേറ്റുപറഞ്ഞിപ്പോ-
ളെന്നെച്ചുറ്റുന്നിതെപ്പൊഴും
സർപ്പകോപമൊഴിപ്പാനായ്
ധാരകോരുന്നു നേരിനാൽ!
മൂരാട്ടെപ്പുഴയിൽ മുങ്ങി-
പ്പൊങ്ങും മാർകഴിയുത്രമേ,
പണ്ടത്തെസ്സാമൂതിരിയെ-
ക്കണ്ടുവോ കനലാഴമേ?
ഗോവയിൽ കോട്ടയിൽ നിന്നെ-
ത്തുണ്ടം തുണ്ടമരിഞ്ഞവർ,
മാമാങ്കത്തറമേൽ നീയാം
മാപ്പിളത്തിറ കാണണം.

[7]മണിക്കിണറതിൽനിന്നും
മന്ത്രമൂർത്തികളെന്നപോൽ
തലയ,റ്റുടലായ്പ്പൊന്തീ
നൂറുനൂറു കരിമ്പന.

<h1 style="text-align:center">(6)</h1>

കോട്ടപോലവ കൈകോർത്തു
രാക്ഷസച്ചിരി ശീലിച്ചു.
കാറ്റുകീറി വിതാനിച്ചു
കടൽക്കാമുകമാളിക

ആയതിൻ നടുമുറ്റത്താ-
ണായിരത്തിരിയുത്സവം;
ആർത്തജീവിതസന്ത്രാസ-
ച്ചോപ്പണിത്തിരനാടകം.
ആദിവാസികളാമെങ്ങൾ-
ക്കായിചേർക്കുന്ന കയ്യരേ,
നാഗദന്തി മരങ്ങൾത-
ന്നപ്പുറത്തിവർ കൈനില
നഗ്നമേനികളായ്, നാഭീ-
പത്മമുഗ്ധകളാമിവർ,
നാരകത്തീയെരിച്ചെത്തും

7.	മണിക്കിണർ – മാമാങ്കപ്പോരിൽ മരിക്കുന്നവരുടെ ശവം ഇടുന്ന കിണർ

നാട്ടുചണ്ഡികമാർ കുലം;
അവരാണെങ്ങളെക്കാക്കും
കമ്മാള ശ്രീകുരുംബകൾ;
കാട്ടുപോത്തിന്റെ കൊമ്പിന്മേ–
ലാടും കാനനരുദ്രകൾ!

(7)

അവരെക്കൂട്ടി ഞാനെത്തും
ചതിച്ചുരേഴുമാര്യരേ,
കുഞ്ഞാലിച്ചന്ദ്രപ്പെരുമാൾ
വന്നെൻ നെഞ്ചിലുദിക്കയായ്.

ജോനകച്ചുടലച്ചാരം
കുഴച്ചു കുറിതൊട്ടാറേ,
ശ്രീലകത്തമ്മിണീ, നിന്റെ
മാറിൽ പോർക്കലി മംഗലം.

ആടിനീരുടയാടയുമായ്
ദ്രാവിഡത്തിറമേലേറി,
അമറിത്തുള്ളിവാ, ശിങ്ക–
രായരാം ചെറുമക്കളേ!
കുഞ്ഞാലിപ്പടമാടൻതൻ
പൂർണ്ണകുംഭോത്സവം കാണാൻ
തെങ്ങോലപ്പഴുതിൽക്കൂടി–
പ്പൊന്നാനിപ്പിറ വന്നിതേ!

കാഴ്ചയുടെ അശാന്തി

സമുദ്രനിരപ്പിൽ നി-
ന്നൊത്തിരിപ്പൊക്കത്തിൽ നാം
പടുത്ത വീട്ടിൻ വെള്ളി-
വിരികൾ ചാഞ്ചാടുമ്പോൾ,
വെൺമേഘമെന്നേ
വേനൽക്കിളികൾ സന്ദേഹിച്ചു
പെൺപറവകളെന്നു
പുഴകൾ പുന്നാരിച്ചു.

2

പൊൻകുടം, കടലിന്റെ
നെടുവീർപ്പുകൾ പേറും
സങ്കടം പടിഞ്ഞാറേ-
ക്കുന്നിലേക്കിഴയുമ്പോൾ,
ഒരു കൈ സഹായിക്കാ-
മെന്ന ഭാവത്തിൽ മെല്ലെ-
പ്പിറകേ കൂടും ശരല്-
ക്കാലമേ ചതിക്കല്ലേ!

3

തിളങ്ങും മൂക്കുത്തിയി-
ട്ടെൻ പെങ്ങൾ മായാഗൗരി

തുളുമ്പും കവിൾ കാട്ടി-
ത്താമരപ്പൂനുള്ളുമ്പോൾ,
ഒളിക്കും തെച്ചിപ്പഴം
കരടിക്കണ്ണാണെന്നു
നിനയ്ക്കും സന്ധ്യേ ചുമ്മാ-
തെന്തിനു പേടിക്കുന്നു?

4

നേരിനെത്തിരിച്ചറി-
ഞ്ഞീടാനുമാവാത്തവർ
നാലു മൂലയ്ക്കും സത്യാ-
ന്വേഷികളെന്നേ ഭാവം!
പുസ്തകജ്ഞാനങ്ങൾക്കു-
മപ്പുറം പ്രായോഗിക-
ബുദ്ധിയെ ധ്യാനത്തിനാ-
ലാർദ്രമാം ഹൃദയത്താൽ
തൊട്ടറിഞ്ഞാലേ തീയും
വെള്ളവും പ്രണയത്തി-
ന്നിത്തിരി ത്തേനും വേർപ്പു-
നീരിന്റെ വികാരവും
സാർത്ഥകമാകൂ; പൊള്ള
ച്ചെണ്ടകൾ നിവേദിക്കും
പാട്ടിനക്കരെയല്ലോ
ഭാവഗീതത്തിൻ തീരം.

5

ചില്ലുവാതിലിൽ മഞ്ഞു-
പൊതിഞ്ഞതാമോ; നിന്റെ
യുള്ളിലെത്തിരി, എണ്ണ-
പ്പുകയാൽ മുനിയുന്നോ!
വിളക്കും ചില്ലും വൃത്തി-
യാക്കുക, നോട്ടത്തിന്റെ
തിളക്കം മാലോകർക്കു
നേട്ടമാകട്ടേ നാളെ.

മീനാക്ഷി

ഇത്രയും നേരം കണ്ട-
തൊക്കെയും നീലസ്വപ്നം
[1]പത്തിരിപ്പാലക്കിനി-
പ്പത്തുനാഴികദൂരം.
[2]വാണിയങ്കുളം ചന്ത-
യ്ക്കപ്പുറം മീനാക്ഷിതൻ
ദാസിവീടുണ്ടേ; ദാഹം
തീർക്കുമാത്തണ്ണീർപ്പന്തൽ
ചാമിയാർ മഠം വിട്ട
നാൾ മുതൽ മണ്ണാർക്കാടൻ
നായരിങ്ങനെയൊക്കെ-
യെന്നുതാൻ പരിഹാസം.

2

കിറുക്കൻ വികാരങ്ങൾ
വന്നുമേയുകയാലേ,
തലയ്ക്കെന്തൊരു ഭാരം,
കാതിങ്ങും പനപോലെ
കറുത്ത ദുഃഖങ്ങൾക്കു
നീർതളിച്ചാകാശം വ-

---

1.   പത്തിരിപ്പാല- ഒറ്റപ്പാലത്തിനടുത്തുള്ള ഒരു സ്ഥലം
2.   വാണിയങ്കുളം - ഒറ്റപ്പാലത്തിനടുത്തുള്ള വാണിയങ്കുളം കാലിച്ചന്ത വളരെ പ്രസിദ്ധം

ന്നിരിക്കയാണെന്റ്[3] ദീർഘാ-
പാംഗന്റെ മാഴക്കണ്ണിൽ.
അമ്പിളിക്കലയ്ക്കുള്ളി-
ലിവനെത്തളച്ചിട്ടോർ-
ക്കൈന്തൊരാനന്ദം ശകു-
ന്തളയെത്തൊട്ടോനല്ലേ?

3

ജീവിതം വല്ലാതെയെൻ
നെഞ്ചുഴിഞ്ഞാകസ്മിക-
ജ്വാലയായ്പ്പുകയുന്നു
മഴക്കാറുകൾക്കൊപ്പം.
പെയ്തുതീർന്നെങ്കിൽ; വേണ്ട
സാഹസം, തോന്നുംപടി;
വല്ലപാടും താനെത്തി-
പ്പെട്ടെങ്കിൽ രാമാശ്രമം.
അപ്പുറം [4]ചിനക്കത്തൂ-
രമ്പലപ്പറമ്പിൽ ര-
ണ്ടാനകൾ മാനമുട്ടെ
വളർന്നു നില്ക്കുന്നുവോ?

4

ആനയല്ലതു ഫ്ളെക്സ് ബോർ-
ഡാണെന്നു ചോട്ടിൽചെന്നു
കാലുതൊട്ടല്ലോ തിട്ട-
പ്പെടുത്തീ: പോരേ പൂരം!
ഇത്തിരിപ്പിരിവെട്ട-
ലുണ്ടെന്നു വൈദ്യർമഠം
കല്പിച്ചതിപ്പോൾ നേരെ-
ന്നിവനും ബോദ്ധ്യപ്പെട്ടേൻ!
നീണ്ടകണ്ണുള്ളോൻ ദീർഘാ-
പാംഗനുമീനാക്ഷി തൻ
ദാസിവീടറിയാമോ?
പാതിരാവല്ലോ നേരം.

---

3.   ദീർഘാപാംഗൻ - ശകുന്തളയുടെ വളർത്തുമാൻ.
4.   ചീനക്കത്തൂർ - ഇവിടത്തെ പൂരം വളരെ പ്രസിദ്ധം.

5

വെളിച്ചം തീരെപ്പോരാ;
പാതയ്ക്കു വിസ്താരവും
കുറച്ചതാരാണിമ്മ–
ട്ടാനയ്ക്കു നടക്കണ്ടേ?
"എന്തിതു മണ്ണാർക്കാടൻ
നായരോ?" മീനാക്ഷി തൻ
ഗന്ധമേ; തേടും വള്ളി
കഴുത്തിൽ ചുറ്റുന്നായോ?
പാതിരാത്രിയിലിത്ര
കൃത്യമായ് മീനാക്ഷിതൻ
ദാസിവീടിനു മുന്നിൽ!
എന്തൊരത്ഭുതമോർത്താൽ!

6

ഹൃദയംപദങ്ങളി–
ലെത്തുമോ ചിലനേരം
സദയം ചോദിക്കുന്നെ–
ന്നുള്ളിലെ കുട്ടിച്ചാത്തൻ.
രോഗിതന്നകം വായി–
ച്ചറിഞ്ഞവൈദ്യന്മാരേ
ഭാവുകം നിങ്ങൾക്കുള്ള–
താണുനാളത്തെ നാകം!
ഈ വക വിഭ്രാന്തിക–
ളില്ലായ്കിൽ മർത്യാത്മാവി–
ന്നാതിരച്ചന്തം കാണാ–
നായിരംമിഴിപോരാ.

7

കഴുത്തിൽ മണികെട്ടി
ആടിനെപ്പൂരങ്ങൾക്കു
നിരത്തും കശ്യന്മാർ വ–
ന്നമ്പലം വിഴുങ്ങുന്നു.
ഉഗ്രരൂപിണിയാകും
അമ്മതൻ തിടമ്പേറ്റാ–
നിത്തിരിപ്പൊന്നോരജ–

വൃന്ദത്തിനാവില്ലല്ലോ.
തിടമ്പും താങ്ങിക്കൊറ്റ-
നാടിനു പിന്നിൽ വന്നു
പരുങ്ങി നില്പുകള്ള-
ച്ചുരികവിളക്കുന്നോർ.

8

"വല്ലാതെ കുടിച്ചും കൊ-
ണ്ടിങ്ങനെ വന്നാൽ നിങ്ങൾ
ചുമ്മാതെ കൂർക്കം വലി-
ച്ചുറങ്ങി നേരംകൊല്ലും."
എത്രയോ കുറിക്കെന്നെ
ശാസിച്ച ദാസിപ്പെണ്ണേ,
പെട്ടുപോ,യൊരുവട്ടം
കൂടി നീ പൊറുത്താലും.
മിണ്ടാതെ മീനാക്ഷി വ-
ന്നെൻ കരംഗ്രഹിച്ചുള്ളിൽ
കൊണ്ടുപോയ് തൈരും തന്നു
കിടത്തിപ്പുതപ്പിച്ചു.

9

നല്ലവർ കുലം തീർത്തും
വേരറ്റുപോയീലല്ലോ,
മുല്ലകൾ മുടിഞ്ഞാലും
മുക്കുറ്റിയാവില്ലല്ലോ!

മായാമരം

ഒത്തിരി നൂറ്റാണ്ടുകൾ പ്രായമുള്ള ഒരു വിസ്മയവൃക്ഷം. Tree of life (ജീവന്റെ വൃക്ഷം) എന്നാണതിന്റെ പേര്. ബഹ്റൈനീൽ മനാമ പട്ടണത്തിൽനിന്ന് ഒരുപാടകലെ മണലാരണ്യത്തിന്റെ ഒത്ത നടുവിൽ ഭയമൂകതയുടെ കരയിട്ട ലാവണ്യവിസ്മയം. രണ്ടുത വണ പോയപ്പോഴും ഇവിടെ പോയി. കരുനാഗപ്പള്ളിക്കാരൻ ഇബ്രാ ഹിംകുട്ടിയും കവിയും കഥാകാരിയുമായ ഭാര്യ സുൾഫിയും – അവരാണ് കൊണ്ടുപോയത്. ശരിക്കും ആത്മീയസൗന്ദര്യം വഴി യുന്ന ഒരു അത്ഭുതക്കാഴ്ച)

1

ഒട്ടകച്ചാലുകൾ നീളേ മണൽക്കാറ്റു
മക്കളാം നിശ്ശൂന്യതയെ വെളിച്ചത്തു
പിച്ച നടത്തും അപാരത തൻ നടു–
ക്കൊറ്റയ്ക്കൊരുവൃക്ഷമാതംഗി,[1] അല്ലല്ല,
സ്വപ്നസന്ന്യാസിനി, മദ്ധ്യാഹ്ന സൂര്യന്റെ
നിർദ്ദയവാഴ്ചയെ വെല്ലുവിളിക്കുന്ന
വിസ്മയ നിർമ്മല ദൃശ്യം.

2

വിറയാർന്നൊരിലകൾ ചിലയ്ക്കുന്ന മന്ത്രവും
തിരുജടയ്ക്കുള്ളിലെപ്പക്ഷിപ്പുലർച്ചയും
പ്രണയഭംഗത്തിനാൽ മുനികന്യകയായ

---

1.   മാതംഗി – ചണ്ഡാലഭിക്ഷുകിയിലെ ബുദ്ധസന്ന്യാസി

വിധുരയാം 'ഇളവരശ്ശിപ്പെണ്ണി'വളെന്നു
നേരായ് വിളംബരം ചെയ്വൂ.

3

'ജീവന്റെ വൃക്ഷ' മെന്നാരാണിവൾക്കിത്ര
ചാരുവാം പേരിട്ടതെന്നു തിരക്കുവോർ,
ദേശം പലതു കടന്നെത്തിയ പക്ഷി-
ജാലമേ, നിങ്ങൾ [2]സൈഗാളിന്റെ നാട്ടിലെ-
സൂഫിക,ളെങ്കിലീ, മംഗലഗൗരിയെ,
പാൽക്കുടം കൈവിട്ട രാധയെ, ലൈലയെ,
മലയാളമഞ്ജുളയാം കറുത്തമ്മയെ-
പാടിയുറക്കൂ, പവിഴം വിളയുന്ന
പാവന[3]ഗാനത്തിനാലേ!

4

ഉഗ്രവിഷമാർന്ന തീവെയിൽപ്പാമ്പുകൾ
കൊത്തിക്കരുണതൻ വിരലുകൾ മുരടിച്ച
വൃക്ഷങ്ങൾ പണ്ടിവിടുണ്ടായിരുന്നുവോ?
നഗ്നവസുന്ധര,യാക്കുന്മാദരാഗങ്ങൾ
ചിട്ടപ്പെടുത്തിയ കാമസുഗന്ധികൾ,
കൊട്ടാരദാസികളുണ്ടായിരുന്നുവോ
ധിക്കാരനീതികൾക്കൊപ്പം?

5

ദൂരെ ജനീവയിൽനിന്നു പായ്ക്കപ്പലിൽ
തീരമണഞ്ഞൊരു ജൂതച്ചെറുക്കനാം
പോരാളിയെ നീ പ്രണയിച്ചിരുന്നുവോ
രാജകുമാരീ, വികാരവിശുദ്ധയാം
ശാരോൺ കവിതയേപ്പോലെ?

6

ചുറ്റുപാവാട വിടർത്തിശ്ശരല്ക്കാല
മുറ്റത്തവന്റെ പവിത്രമാം കിന്നരം
തൊട്ടുനീയാടിത്തളർന്നിരുന്നോ? പാട്ടി-
നൊപ്പിച്ചു രാഗം തളിർത്ത മൂവന്തിയിൽ
ഒറ്റിക്കൊടുത്തിതവനെയാരോ, കരൾ-
പ്പുറ്റിലെ സർപ്പകോപത്താൽ

---

2. സൈഗാൾ – പ്രസിദ്ധ ഇന്ത്യൻ ഗായകൻ
3. സോജാരാജകുമാരി എന്ന പ്രസിദ്ധം ഗാനം

7

ദുഷ്ടപിതാവിന്റെ കണ്ണിലെത്തീവീണു
ചുട്ടുപഴുത്ത കരാളമാം വാളിനാൽ
വെട്ടിയെറിഞ്ഞ ശിരസ്സു ചുംബിച്ചു നീ
മറ്റൊരിടിവാൾത്തിളക്കമായോ? പിന്നെ
അഗ്നിയും കാറ്റും മഴനിലാവും കടൽ-
മുത്തും പിണഞ്ഞ ബലിപ്പക്ഷിയായ് വന്നു
സ്വർഗ്ഗങ്ങളെശ്ശപിച്ചെന്നോ!

8

സ്നേഹമേ, നിന്റെ നെടുവീർപ്പുകൾ തൊട്ട
ദേവകൾ, അഗ്നിപ്രളയം വിധിക്കയാൽ
നാടും നഗരവും കൊട്ടാരവും പട-
വീടും മുടിഞ്ഞു മരുഭൂമിയായതിൽ
നീയൊരാൾ മാത്രം നിറനിലാവേല്ക്കുന്ന
കാതൽ മരമായ് പുനർജ്ജനിച്ചു; ജീവ-
കാമനകൾ സന്ന്യസിച്ചു

9

ദൈവങ്ങൾ വന്നു നിൻ വാർനിറുകയിൽ തൊട്ടു
മംഗളം നേരുന്ന നേരത്തിലകളാൽ
മഞ്ജുളേ, നീ നിന്റെ പ്രാണപ്പകർച്ചകൾ
മംഗലമന്ത്രങ്ങളാക്കീ;
ജന്മാന്തരസുകൃതങ്ങൾ അപാരത-
യ്ക്കുള്ളിൽ സ്വയം വിലയിച്ചു.

10

ജീവന്റെ വൃക്ഷമേ, യാത്രചോദിക്കുന്നു
പാപിയാമിപ്പരദേശി, കിറുക്കുകൾ
ഭാവഗാനങ്ങളായ് മാറ്റുമിവൻ നിന്നെ
വേദനിപ്പിച്ചുവോ രുദ്രേ?
[4]*മേഘസന്ദേശ വിശുദ്ധപാരായണ*
ധാരയാൽ മംഗലേ മാപ്പ്!
നാമിരുപേരും ഒരേ വികാരത്തിന്റെ
നൂലിഴയിൽ കൊരുക്കപ്പെട്ടു പാടുന്ന
നാദവിഷാദങ്ങളല്ലേ? നമുക്കുള്ള
ലോകമൊരിക്കൽ പിറക്കാതിരിക്കുമോ
താളത്തിളക്കങ്ങളോടെ!

---

4.   *മേഘസന്ദേശം* - കാളിദാസന്റെ പ്രസിദ്ധ കൃതി.

അന്നയുടെ വികാസ പരിണാമങ്ങൾ

കുട്ടനാടൻ കുലവധുക്കൾ, വയൽ
ത്തിട്ടമേൽ കലം മോറിക്കമഴ്ത്തി,
വെയ്ലു നക്കിച്ചുണക്കുവാൻ വെക്കും
മകരമാസപ്പുതുപ്പെണ്ണിളക്കം!
ഇപ്പഴെങ്ങനെ? വാടകബോട്ടിൻ
ചെത്തിമെത്തിച്ചെവി തുളയ്ക്കുമ്പം
ഒറ്റമൂച്ചനീ കായൽ മുഴുക്കെ-
ച്ചുറ്റുവാൻ കൊതിയോ, നിനക്കന്നേ?

2

ചിറവരമ്പിൽ നാം [1]പന്തകെട്ടിപ്പണ്ട്
മകരക്കൊയ്ത്തിനു വന്നു പാർക്കുമ്പം
പച്ചമത്തിക്കറി തൊട്ടുനക്കി
ഉച്ചവെയിലിനെച്ചേർത്തു നിർത്തുമ്പം.
കൊടിയമഞ്ഞും കുളിരും നിലാവും
പെരിയ ശീമത്തരങ്ങൾ തോന്നിക്കെ
കപടമാന്യതച്ചീട്ടു കൊട്ടാരം
തെറിതളിച്ചു നാം കത്തിച്ചു നേരം-
ഇനിയുമീവഴിയ്ക്കെത്തുമെന്നാരോ
തിരുവരങ്ങിൽ തിളച്ചുപാടുന്നു.

---

1. പന്ത – കൊയ്ത്തിനുവരുന്നവർക്കു താമസിക്കാൻ വയൽവരമ്പിൽ തീർക്കുന്ന
    താല്ക്കാലിക ഷെഡ്ഡ്

3

മുതിര പൂത്ത കരപ്പാടമാകെ
കുതിരച്ചാണകം വാസനിക്കുന്നു
[2]ചിരുത പാർത്ത പുലത്തറ കാണാൻ
തകഴിയിൽനിന്നു പേരക്കിടാങ്ങൾ,
വരുമെന്നാരോപറഞ്ഞ നേരം തൊട്ടു
വയലിറമ്പത്തു നില്പാണു ചിന്ന
വിധവയാം ഭൂതകാലമേ, കായൽ–
ചിറയിൽ നമ്മളനാഥ ശില്പങ്ങൾ!

4

പണ്ടു നാം ഇലച്ചമ്മന്തി കൂട്ടി
ചാമക്കഞ്ഞി കുടിച്ച വരമ്പിൽ
നോക്കിനില്ക്കേ മുച്ചീർപ്പൻ കുലച്ചു
[3]തോട്ടു വാത്തലക്കാറ്റും തുലഞ്ഞു.
പാട്ടുപാടുമിണങ്ങരെക്കൂട്ടി
കാർത്തികയ്ക്കു തൊടുവിച്ച പൊട്ടും
ചിങ്ങമാസ വസൂരിക്കുരുപ്പും
പെങ്ങൾ വീണുതുലഞ്ഞ തുരുത്തും
വെച്ചൊഴിഞ്ഞിതാപോണു ഞാൻ; വേനൽ–
ച്ചെടികൾക്കാണിനിക്കാലശേഷം.

5

മടമുറിഞ്ഞ തുലാക്കോളിലൂടെ
കട വരാൽപ്പടകൈത്തോടു നീന്തി
ഇറയം വാതുക്കൽ വന്നതു കാണാൻ
കുരുശുമ്മൂട്ടിലെ ചെല്ലയോടൊപ്പം.
വലതുകാൽവെച്ചു തറ വെഞ്ചെരിച്ചോൾ
ഉടൽ കറുത്തവൾ [4]പേശാമടന്തയാൾ.
എവിടെയെന്നുതിരക്കുന്നുവല്ലോ
മഴനൂലാടയണിഞ്ഞ ത്രിസന്ധ്യ.

6

നില മറന്നു നിശാഗന്ധിയാകാൻ
നഗരവേശ്യകൾക്കന്നം വിളമ്പാൻ,

---

2.   ചിരുത – *രണ്ടിടങ്ങഴിയിലെ* നായിക
3.   തോട്ടുവാത്തല – ഒരു കുട്ടനാടൻ ഗ്രാമം
4.   പേശാമടന്ത – മിണ്ടാപ്പെണ്ണ്

കുരിശുമ്മൂട്ടിലെ ചെല്ലയോടൊപ്പം
കടൽ കടന്നു നീ പോയെന്നും കേട്ടു.
പകലുകൾ വിഷം തീണ്ടിയോ പെണ്ണേ,
നിഴലുടുക്കാനുറച്ചുവോ പൊന്നേ?
കാശുരൂപം കഴുത്തിലിട്ടെന്നെ
പ്രേമ മന്ത്രം ജപിച്ചിച്ചോരന്നേ,
[5]പുന്നക്കുന്നത്തുശ്ശേരിയിൽ നിന്നും
സിംഗപ്പൂരിലേക്കായിരം കാതം!

7

മകരക്കാറ്റുമരിച്ച കൂടാരം,
തകരച്ചെണ്ടതൻ കാമശിങ്കാരം,
കോടിവർണ്ണങ്ങൾ തങ്ങളിൽ മുത്തി,
കൊടിയനാഗഫണങ്ങൾ വിടർത്തി.

വഴിമറന്നു ചിരിക്കുന്ന ഭ്രാന്തി-
ച്ചെടിയിലെ ശവപ്പൂവുകൾക്കൊപ്പം
ദ്രുതവിളംബിത രുദ്രതാളത്തിൽ
ധണധണക്കനെൽച്ചില്ലുകൾ ചീറി.
ഇളകിയാടു മപാരതയിന്മേൽ
അസുര പൂജാരി തീർത്ഥം തളിച്ചു.

8

ഗുരുനിതംബിനി, നിന്നരക്കെട്ടിൽ
കുതിരമാടൻ കരം ചേർത്തുനില്ക്കെ,
'ആനിയന്നാഡിസൂസ'യെന്നാരോ
പേരുചൊല്ലി വിളിക്കുന്നു നിന്നെ.
കുട്ടനാടൻ വയൽ വരമ്പത്തുകാൽ-
കുത്തുമോ നീയടുത്ത ജന്മത്തിൽ?

---

5.   പുന്നക്കുന്നത്തുശ്ശേരി - ഒരു കുട്ടനാടൻ ഗ്രാമം

ആറു ദശകങ്ങൾ

പകുതി കത്തിയൊരാത്മാവുമായിതാ
പടിയിറങ്ങുന്നു തീർത്ഥങ്കരന്മാർ;
നിഴൽ തിളയ്ക്കുന്ന ഗംഗാ തടത്തിലെ
കനൽ വിരിപ്പിൽ കമിഴ്ന്നു കിടക്കുന്നു.

2

ചുടല മാന്ത്രികൻ ഭൂതകാലത്തിനെ
കുരിശിൽനിന്നും വലിച്ചിറക്കുന്നു
കൊടിയ കാരിരുമ്പാണിപ്പഴുതിലെ
പതിതരക്തം കുടയുന്നു ചുറ്റിലും.

3

കടലിരമ്പങ്ങൾക്കപ്പുറം യോർദ്ദാൻ
നദി കലങ്ങിയെന്നാഗസ്തുകാറ്റിൽ,
മുല ചുരത്തിയ സാന്താൾക്കവിതയെ
പുലിയരങ്ങുകൾ പങ്കിട്ടുതിന്നു.

4

ഉടലുകൾ വിണ്ടുകീറും വജ്രങ്ങൾ
തുടലിമുൾക്കാടുതുപ്പിയ പൂക്കൾ

ചതിയനാണിവ, നെന്നറിഞ്ഞാകാം
വ്രതമെടുക്കുന്നു വൃന്ദകൾക്കൊപ്പം.

5

മരണകർമ്മം മുടിച്ചു പുരോഹിതൻ
ചിതയിലേക്കിട്ടൊരെള്ളും കറുകയും
ദളിതജന്മങ്ങളായ് മുരളുമ്പോൾ
മിഴിതുരന്നുവോ, മാർകഴിച്ചിറ്റേ!

6

ഇവിടെ ഞാൻ നിന,ക്കത്യപുരസ്ഥൻ
ദനുജകിന്നരം മീട്ടും കിരാതൻ
കഴിയുമെങ്കിൽ ദയാ വധത്താൽ, ഈ
ചപല നേരിന്മേൽ ചാരം വളയ്ക്കൂ.

ഒളിവിലെ ഓർമ്മകൾ

മുന്നേറുവാനിവൻ
നോക്കുമ്പോഴൊക്കെയും
പിന്നിൽ നിന്നാരോ
പിടിച്ചു വലിക്കുന്നി–
തെന്നെ നിരന്തരം
നേർത്ത കരങ്ങളാൽ;
മായാവിയോ മന്ത്ര–
വാദിയാം തേവരോ?
നായാട്ടുകാരാം വികാരങ്ങളോ? പണ്ടു
മാംസനിബദ്ധമാം
രാഗത്തിനെന്നോടു
തോണിയിൽ വെച്ചു
പുഴ നടുവിൽ വെച്ചു
കൂലിചോദിച്ചെന്നെ
നാണം കെടുത്തിയ
മീൻ മണമുള്ള കലാപശലാകയോ?
വേദം തിരിയാത്തൊരമ്മിണിയോ?

2

നഗ്നനേത്രങ്ങളാൽ
കാണാനരുതാത്ത
വിസ്മയമേ, നിന്നെ–

യൊത്തിരിക്കാലമായ്
നിത്യം തിരിയുകയാണു ഞാൻ, എന്നിലെ
സ്വപ്നക്കുടുക്കയിൽ,
പുസ്തകത്താളിലും,
മറ്റുള്ളവരുടെ വേനൽ മണക്കുന്ന
മദ്ധ്യാഹ്ന മംഗലദാഹത്തിലും, നിലാ-
വിറ്റിറ്റുവീഴുന്ന പെൺപൂവിലും.

3

ഒടുവിലപസ്മാരകാമിയാം നിന്നെ ഞാൻ
പകുതി തുറന്നിട്ട
ജാലക വാതിലിൽ
ഒരു കടക്കണ്ണിലെ
കള്ളച്ചിരിയുടെ
തിരയിളക്കങ്ങളിൽ കണ്ടു;
ശപിക്കുവാൻ
കരമുയർത്തുന്നേര-
മെങ്ങോമറഞ്ഞുനീ
മകരക്കുളിർമഞ്ഞിനൊപ്പം.

4

പിന്നെയൊരിക്കൽ
വരഭിക്ഷുവാമൊരാൾ
മെല്ലെ ജപിച്ചുചിരിച്ചു സമർപ്പിച്ച
സ്വർണ്ണരുദ്രാക്ഷക്കുരുക്കിൽ
മുരടിച്ച ധർമ്മശാസ്ത്രച്ചുരടിന്മേൽ പരാപര
ജന്മച്ചുടലവെട്ടത്തിൽ, കുരുടരാം
തൻമക്കളെക്കൊണ്ടു
പിച്ചതെണ്ടിക്കുന്ന
കള്ള വേദാന്തിയായ്ക്കണ്ടു; പിണങ്ങുവാൻ
വാക്കുതിരിയുമ്പോഴേക്കും കടന്നുനീ
നേർത്ത കിളിപ്പാട്ടിനൊപ്പം.

5

ഒത്തിരിക്കാലം കഴിഞ്ഞിവൻ വള്ളിയൂ-
രുത്സവച്ചന്ത പിരിഞ്ഞു കുതിരയെ

കെട്ടിയ വണ്ടിയിൽ
പായുന്ന നേരത്തു
ദുഃഖമിറക്കും വിഷഹാരിയായ് വന്നു
ദർശനമാലകൾ
ചൊല്ലിപ്പഠിപ്പിച്ചു
മക്കൾക്കു കാവലിരുത്തീ വിഷം ചീർത്ത
സർപ്പങ്ങളെ
കളിക്കൂടയിൽകണ്ടിവൻ
ഞെട്ടിവിറച്ചുപിൻ
വാങ്ങുന്ന നേരത്തു
പെട്ടെന്നുനീയെസ്തമിച്ചു; കടൽമണം
വില്ക്കും ബലിക്കാറ്റിനൊപ്പം.

6

യാത്രയ്ക്കിടയിൽ
ഒരിക്കൽ മലയിലെ
ഗോത്രത്തലവന്റെ
പുത്രിയാം ഗായത്രി
നീട്ടിയകാട്ടുതേനിന്റെ ലഹരിയിൽ
പാട്ടുകളോടൊത്തു
പെൺമുളങ്കാടിന്റെ
രാത്രിവസന്തത്തെഴുപ്പിൽ നിശാഗന്ധി
പൂത്ത വനസ്ഥലിതോറും നിലാവിനെ
ചേർത്തുപിടിച്ചു ശപിച്ചു;
എന്നോടു യാത്ര പറയുവാൻ നില്ക്കാതെ
ഏതോ മുളവീണയിൽ നീയൊളിച്ചു
കല്യാണിരാഗത്തിനൊപ്പം.

7

ഒടുവിൽ ഞാനുള്ളി-
ലൊളിഞ്ഞു നോക്കുന്നേരം
അവിടെനീയെന്നിലിരിക്കുന്നു; വറ്റാത്ത
കവിതയും പാട്ടും
മുളന്തേനുമിത്തിരി-
ച്ചിരിയും കറുത്ത രുദ്രാക്ഷവും
പെൺനിലാവെറിയും
ഋതുശോഭയും ജീവമന്ത്രവും

കടൽമുത്തുപൂക്കും
അമാവാസികൾ വന്നു
കവിളത്തുചാർത്തിയ
പ്രാണ സിന്ദൂരവും
നേരും നെരിപ്പോടുമായി; മണക്കാത്ത
പൂവും പുലച്ചൂരുമായി; നിഷാദന്റെ
നാവും നരിപ്പല്ലുമായി.

ജനുവരി

ധനുമാസ ഹിമശീത മധുരാനുഭൂതിക്കു
പുതിയ നിർവ്വചനങ്ങളെഴുതുവാനായ്,
കരിയിലത്തീമണം പുണരുന്ന ബാല്യത്തിൻ
കവിത ചിലയ്ക്കുന്ന തൊടിയിലൂടെ,
നവവർഷ മംഗലാശംസകൾ നേരുവാൻ
ജനുവരീ വരിക നീ വീണ്ടും

2

ഇടനെഞ്ചിലെവിടെയോ നീ കുറിച്ചിട്ടതാം
സ്വരസംവിധാനത്തരിപ്പാൽ
ഒരു വാക്കും മിണ്ടുവാ, നരുതാതെ നിൻ മുന്നിൽ
ഒരു പൂർവ്വ കാമുകൻ പോലെ,
വരവേല്ക്കാൻ പോലും മറന്നു നില്ക്കുന്നൊരെൻ
വിരൽ തൊട്ടു നീ വീണ്ടും പാടുകയോ? ജന്മ-
സുകൃതങ്ങൾ തൻ ശ്യാമരാഗം; നമ്മി-
ലുണരുമപൂർണ്ണതാ ഗീതം

3

പരിചിത ഗന്ധ വിഷാദങ്ങളാൽ നമ്മൾ
ചപല സ്വപ്നങ്ങളെസ്സല്ക്കരിക്കെ
പാടിമറഞ്ഞൊരപൂർവ്വ രാഗങ്ങൾതൻ
പ്രാണവികാരത്തുരുത്തിലൂടെ

സഞ്ചരിക്കും നമ്മൾ വീണ്ടും കിളികളായ്
വന്നു പിറക്കുകയാമോ?
പഞ്ചഭൂതങ്ങൾക്കതീതമൊരിന്ദ്രിയ
പഞ്ജരം തേടുകയാമോ?

4

അഷ്ടദിക്പാലകന്മാരും പ്രകൃതിത-
ന്നിഷ്ട പ്രണയിനിമാരും
മഞ്ഞിൻ മറയിലൊളിക്കുന്ന സൂര്യന്റെ
നെഞ്ചിലെയിത്തിരിച്ചൂടും
വെച്ചുനീട്ടുന്നൊരപാര കാമങ്ങളെ
തൊട്ടുനില്ക്കുന്നതേ ഭാഗ്യം!

5

ജനുവരീ, നാം നമുക്കന്യരായ് മാറുന്നൊ-
രസുര മാസങ്ങൾക്കു മുമ്പേ,
വിരഹിണീ, നാം ശാപമുൾച്ചെടിയായ് രണ്ടു
കരകളിൽ മലരിടും മുമ്പേ,
കവിതയും പ്രണയവും വറ്റും ഋതുക്കൾ വ-
ന്നുടൽ വിണ്ടുകീറിടും മുമ്പേ,
കണ്ണിൽ പരസ്പരം നോക്കിക്കരളിലേ-
യ്ക്കുള്ള വഴി തുറക്കാനായ്,
സാധകം ചെയ്യാം വിശുദ്ധ പാപങ്ങളാം
പൂക്കളിൽ വന്നു പിറക്കാം.
പാവം ജനുവരീ, നിന്റെ ജലാർദ്രമാം
നോവുകളല്ലേ വസന്തം.

യശോദ

എനിക്കു ചോറത്രയും
തന്നു നീ, കഞ്ഞിത്തെളി
കുടിക്കും സഹനത്തിൽ
നാടകം വേണ്ടാപൊന്നേ!
വിശപ്പില്ലെന്നും പറ-
ഞ്ഞപ്പൊഴും നീയൊറ്റയ്ക്കു
കഴിക്കും ശീലം തുട-
രുന്നതിൻ കള്ളപ്പൊരുൾ
തിരയും ഞാനാംസ്വാർത്ഥ-
പുരുഷൻ പെണ്ണേ നിന്റെ
മിഴിയാഴത്തിൽ വിങ്ങും
നൊമ്പരാതിര കണ്ടേൻ!

2

മക്കളും നീയും ഞാനും
ഒരുമിച്ചെല്ലാനേരും
കയ്പുനീർച്ചൂരും പങ്കു
വെക്കലൊണല്ലോ സൗഖ്യം
ഒഴുകും കണ്ണീർമഴ
നനഞ്ഞു കെട്ടിപ്പുണർ-
ന്നിരുപേർ; കള്ളിക്കാട്ടെ
തോട്ടുവക്കത്തെ വീട്ടിൽ
ഗോപനും യശോദയും;

സങ്കടാഭരണത്തിൻ
ചാരുവാം ചരടിന്മേൽ
കൊരുത്തലാവണ്യങ്ങൾ.

3

പണ്ടത്തെ കവിൾപ്പൂവും
തുടുത്ത സായംകാല-
ഭംഗിയും കടക്കണ്ണിൻ മേഘസന്ദേശച്ചേലും
ഒത്തിരിവട്ടം പാടി-
പ്പതിഞ്ഞപാട്ടിൽ വീണു
ചത്തുപോയ്; സർപ്പം കൊത്തി
ത്തുലഞ്ഞ പൂക്കാലവും
വക്കുടഞ്ഞൊരു സ്വപ്ന-
ച്ചട്ടിയിൽ തിളയ്ക്കുന്ന
ദുഃഖദാമ്പത്യത്തിന്റെ
നെടുവീർപ്പുകൾ ബാക്കി!

4

അപ്പോഴും മോഹം കൊഴി-
ച്ചിട്ടതാം പടം ചൂഴും
ചിത്രകൂടങ്ങൾ ശുഭ-
രാത്രിയെന്നാശംസിപ്പൂ
ഗോപനും യശോദയും
ഓരോന്നു ചിന്തിച്ചേറേ
നേരമായ്കണ്ണിൽ കണ്ണിൽ
നോക്കിക്കൊണ്ടിരിക്കുന്നു.

5

വസന്തപുളകങ്ങൾ,
ഗ്രീഷ്മസന്താപം, വെള്ളി-
യുരുക്കും ശരല്ക്കാല-
മംഗലനിശാന്തങ്ങൾ;
അരിച്ചുകേറും ശീത-
ക്കാറ്റിന്റെ വിരൽതൊട്ടാൽ
തരിക്കും രതിവീണ-
യാകുന്ന ശരീരങ്ങൾ;

നിത്യവും ഓർമ്മപ്പൂക്കൾ
തുടുക്കും കൂരയ്ക്കെ-
ത്തെപ്പൊഴും സ്നേഹത്തിന്റെ
സുഗന്ധസാന്നിദ്ധ്യങ്ങൾ!

6

കുരിശുവരച്ചാലും
നെറ്റിയിൽ വരമഞ്ഞൾ-
ക്കുറിതൊട്ടാലും റംസാൻ
പിറയെ കുമ്പിട്ടാലും
വീടീനൊരാത്മാവുണ്ടെ-
ന്നറിയുന്നിടം തൊട്ടേ
നോവുകൾമെരുങ്ങുന്നു;
കരിമുള്ളുകൾക്കൊപ്പം.
നൊമ്പരം വേണ്ടാ, നമ്മൾ
സഹിക്കാനൊരുമ്പെട്ട
നല്ല വാഴ്‌വല്ലേ, വിണ്ട
കാലടി മറക്കേണ്ട!

7

പാളവും കയർച്ചുറ്റും
വിഷവും കൊലക്കത്തി-
രാകലും കണ്ടും കേട്ടും
നരച്ച ജന്മങ്ങളേ,
ഗോപനും യശോദയും
പ്രതിജ്ഞപുതുക്കുമ്പോൾ,
ജീവിത മരത്തിന്മേൽ
കിളികൾ ചിലയ്ക്കുമ്പോൾ,
തല്‌ക്കാലം വഴി മാറി-
പ്പോയാലും മരണത്തിൻ
സല്‌ക്കാരപുരസ്‌കാര-
പൂരമേ, വാഴ്‌വേ പുണ്യം.

8

പാവങ്ങൾ ദൈവങ്ങളേ,
നിങ്ങൾക്കും ഇവരല്ലോ

മാതൃക; തമ്മിൽ തമ്മിൽ
കൊല്ലിക്കാൻ തുനിയല്ലേ!
കുട്ടികൾ വരാനൊള്ള
നേരമായ്, നാമൊന്നിക്കും
സ്വർഗ്ഗമേ സ്വർഗ്ഗം! കണ്ണീർ-
തുടച്ചു ചിരിച്ചാലും
പണ്ടത്തെ യശോദയെ
കാണട്ടേ, കടക്കണ്ണിൻ
തുമ്പത്തെ കുറുമ്പിന്റെ
പൂക്കൾ ഞാനിറുക്കട്ടെ!

ഓരിതൾപ്പൂക്കൾ

1. അയ്യപ്പൻ

അയ്യപ്പപ്പണിക്കരു-
ണ്ടയ്യപ്പൻ, സഹോദര-
നയ്യപ്പൻ, അയ്യപ്പത്തെ-
ന്നയ്യയ്യാ ചിരിക്കുമ്പോൾ,
ക്രുദ്ധനായൊരാളെന്നെ-
ത്തുറിച്ചു നോക്കുന്നയാൾ
പുസ്തകം വായിക്കാത്തോ-
നെന്നു ഞാനറിയുന്നു.

2. പക

എന്നെ നീ തല്ലിക്കൊന്നു
കുഴിച്ചിട്ടെന്നാകിലും
പിന്നെയും മുളയ്ക്കും ഞാൻ
നിന്നോടു പക വീട്ടാൻ.
എന്റെ ഭിത്തിയിൽ വീണ്ടും
എഴുതാൻ തുനിഞ്ഞെങ്കിൽ
കൈയുകൾ രണ്ടും വിഷ-
ത്തീയിനാൽ പൊള്ളിക്കും ഞാൻ.

3. ജി എസ് ടി ക്കാലത്തെ ഒരു പ്രാർത്ഥന

കഞ്ഞിയാണിവനെ,ന്നസൂയക്കാർ
കൊഞ്ഞവർത്തമാനം പറഞ്ഞാലും

പഞ്ഞി മൂക്കിൽ തിരുകും വരേക്കും
കഞ്ഞിമുട്ടിക്കരുതേ മഹേശാ!

4. പൊങ്കാല

ചൂട്ടും വിറകും കലവും കൊതുമ്പുമായ്
സ്കൂട്ടറിൻ പിന്നിലിരുന്നു ഭഗവാനെ-
യൂട്ടുവാൻ പായുമെൻ പെങ്ങൾക്കറിയുമോ
വേർപ്പിലുയിർക്കുന്ന ദൈവത്തിനെ?

വായനാവാരം വന്നു വാതിലിൽ മുട്ടുന്നേരം

കൈയടി കിട്ടാൻ വേണ്ടി-
യാണെങ്കിൽ നിറുത്താതെ
കൈയടിച്ചേക്കാം; താങ്കൾ
ഫലിതം തുടർന്നോളൂ.
കരഘോഷത്തോടാണ്
കമ്പമെന്നാകിൽ താങ്കൾ
തെരുവോരത്തെ ജാല-
ക്കാരനെഗുരുവാക്കൂ.
കടന്നൽക്കൂടും ചുമ-
ന്നിങ്ങനെമേഘങ്ങളിൽ
പറന്നാൽ ശ്രീബുദ്ധനോ-
ടിണങ്ങാനാവില്ലല്ലോ!

2

ചന്ദനം മണക്കുന്ന
വാക്കുമായ് വേദവ്യാസൻ
മന്ദമാരുതനായി-
ട്ടിപ്പൊഴും പുണരുമ്പോൾ,
യുഗവാസനകൾക്കും
അപ്പുറം എന്നോ നമ്മൾ
മരുഭൂമിയിൽ വെച്ചു
കണ്ടുമുട്ടിയതല്ലേ?
മാറ്റങ്ങൾ ചരിത്രത്തിൻ

84

ചിറകിൽ ചിലച്ചെത്തി-
ക്കാട്ടിൽ നിറം കണ്ടിച്ചിട്ട-
തല്ലയോ വാലും കൊമ്പും!

3

പിന്നെയും കരിന്തേറ്റ
വളർത്തിച്ചെകുത്താന്റെ
പെണ്ണിനോടൊപ്പം ചെന്നു
ഗുഹയിൽ പുലർന്നാലോ!
ശനിയും വ്യാഴത്തിന്റെ
മക്കളും ബുദ്ധനും ചേർ,
ന്നഴകിൻ നേരായ് ബാബേൽ
ഗോപുരം പണിയുമ്പോൾ,
പാതാളരാമായണം
നടിക്കാൻ കൊതിയോടെ
വേതാളവേഷം കെട്ടും
അങ്ങയോടെന്തോതുവാൻ!

4

അക്ഷരം പിറക്കാനായ്
സൂര്യദാഹങ്ങൾ കടൽ-
പക്ഷിയായ് സമുദ്രങ്ങൾ
കടഞ്ഞോരിതിഹാസം,
ഇത്രയും വേഗം നമ്മൾ
മറന്നു കിരാതന്റെ
മക്കളായ് ജൂദാസിന്റെ
തോളത്തുകൈയിട്ടാലോ!
തെരുവോരത്തെപ്പാവം
പാമ്പാട്ടി ജീവിച്ചോട്ടെ,
മരുഭൂമികൾതന്ന
പുസ്തകം പുലർന്നോട്ടേ!

5

വെളിച്ചം വെള്ളിച്ചെപ്പി
ലൊളിച്ചകലം ചെന്നു
വിളിച്ചു കൈയും പിടി

ച്ചെത്തിച്ചൊരിതിഹാസം
അക്ഷരോന്മാദങ്ങളാ-
യിപ്പൊഴും കാലത്തിന്റെ
നെറ്റിയിൽ മൂന്നാം കണ്ണു
മുളപ്പിച്ചുയിർക്കുമ്പോൾ
വത്സരേ വരൂ, നമ്മൾ
ഡാർവിന്റെ രാമാശ്രമ-
ഭിത്തിയിൽ ഡാവിഞ്ചിയെ
വരയ്ക്കാം സ്നേഹത്തിനാൽ.

6

വിശുദ്ധപത്രോസിന്റെ
പള്ളിയൾത്താരയ്ക്കുള്ളിൽ
നമുക്കു കബീറിന്റെ
പാട്ടുകൾ നിവേദിക്കാം
തീയിൽ നിന്നുയിർക്കുന്ന
നേരിന്നു മുന്നിൽച്ചെന്നു
ഭാരതം വായിക്കുന്ന
കാളിദാസന്മാരാകാം.
നമുക്കുഴാങ്വാൽഴാങ്ങും
കർണ്ണനും മാർക്കേസിനോ-
ടിണങ്ങും വൈലോപ്പിള്ളി-
ക്കാവിലെ ഗസലാകാം.

7

വടിയും കുത്തിപ്പോകും
വൃദ്ധനാം ത്യാഗത്തിനെ
കനിവില്ലാത്തോർ നമ്മൾ
എത്രയോ വട്ടം കൊന്നു!
ഇനിയും തെരുവത്തെ
തോൽപ്പണിക്കാരന്നൊപ്പം
പുലരാനാവെട്ടത്തെ
കാക്കുന്നതല്ലേ ധർമ്മം?

വൃശ്ചികപ്പുകൽ – 1194

1

കടൽക്കാറ്റും കോടമഞ്ഞും
കരംകോർത്തു പിടിച്ചു ജീവിത-
രതിക്കൊപ്പം ശൂദ്രനേരിനു
കാവൽ നില്ക്കുന്നു

മഹാരുദ്രക്കളം പാതിയു-
മെഴുതിനിർത്തിയ വൃശ്ചികത്തിൻ
നിലാമുറ്റം മെഴുകലിനിയും
ബാക്കിയാണെന്നോ!
കരിമലയ്ക്കും കാടുകൾക്കും
പതിവിലേറെയൊരുൾത്തരിപ്പിൻ
കവിതയെന്നു കിരാതയുവതികൾ
പാടി നിർത്തുമ്പോൾ,.
മടക്കത്തിൽ കണ്ടുമുട്ടാ-
മെന്നു പാവം ഹൈമവതിയാൾ[1]
കടക്കണ്ണാൽ ഇലത്താളിൽ
മന്ത്രമെഴുതുന്നു.

---

1.   ഹൈമാവതി - പാർവ്വതി

2

വീരകേരള ഭൂതചരിതം
തിരുത്തിവച്ചവളേ, രാമനു
ജീവിതക്കനിവെച്ചു നീട്ടി
ക്കൊതിപ്പിച്ചവളേ[2]
കാട്ടുകമ്പുകൾ വെച്ചുകെട്ടി
ത്തന്റെയുള്ളിലെ നിഷാദത്തിനു[3]
പാർക്കുവാനൊരു പർണ്ണശാല
പണിഞ്ഞൊരഭിരാമീ,
ഇപ്പൊഴും നിന്നസുരവാദ്യം
ചുരം കയറിച്ചന്ദ്രമാനിനു
തൃക്കരത്താൽ കറുകനീട്ടാൻ
കൊതിക്കാറുണ്ടോ?
നാലുമാറും[4] തിരിയുകില്ലെ-
ന്നാലുമുൾക്കുളിരാർന്ന പ്രണയം
വാസനിക്കും വനം നിന്നെ-
ത്തിരിച്ചറിയുന്നു.

3

ആപൽബാന്ധവനാം ചെറുക്കൻ
നൂറു ജന്മങ്ങൾക്കു മുന്നം
തേനരിച്ചു നിനക്കു നീട്ടിയ
മകര സായാഹ്നം.
തിരിച്ചെത്തിയൊരകം പാട്ടുകൾ,
പുണ്യനദിയുടെ തിരക്കൈകൾ
വെളിച്ചത്തിൻ വിരികൾതോറും
കരുണ ചൊരിയുന്നു.
മഴുവെറിഞ്ഞ ചരിത്രനുണയുടെ
മുനയൊടിച്ച മനുഷ്യപുത്രാ,
തിരുവരങ്ങത്തിവൾക്കൊപ്പം
ചേർന്നു നില്ക്കാമോ?
വേണമെങ്കിൽ തൊട്ടു നിന്നൊരു
സെൽഫിയാകാം മർത്യ ജീവിത-
കാമിതങ്ങളിലീശ്വരന്മാർ
മുഖം നോക്കുമ്പോൾ.

---

2.   ശബരി ചരിതം

3.   നിഷാദം - സപ്തസ്വരങ്ങളിൽ ഏഴാമത്തേത് (നി)

4.   നാലുമാറും - നാലുവേദവും ആറു ശാസ്ത്രവും

4

മുടന്തൻ കുഞ്ഞാടിനെത്തൻ
തോളിലേറ്റി നടന്ന ശരണ-
ത്രയം[5] വീണു കിളർത്തു മലയുടെ
കവിൾ തുടുക്കുന്നു.
[6]ഭൂപടങ്ങളിലിന്ത്യനിവരാൻ
വീണമീട്ടിയ കൊടിപ്പാട്ടുകൾ
ചാതുർ വർണ്യക്കരിയിലത്തീ
കാഞ്ഞു തുള്ളുമ്പോൾ,
കടന്നൽക്കൂടിളകിയാലും
കാലവർഷം ചൊടിച്ചാലും
കരിമ്പനകൾക്കില്ലിളക്കം
കാറ്റടിച്ചാലും.

5

അവയ്ക്കരികിൽക്കൂടിയൊഴുകി-
ക്കടൽ തേടും നിളാനദിയുടെ
സ്വരാലിംഗനമേറ്റുപാടും
വൃശ്ചികപ്പെണ്ണേ,
തിടുക്കത്തിൽ നാലു കുളിയും
കഴിഞ്ഞീറൻ മന്ദഹാസ-
ത്തിളക്കത്താൽ കിഴക്കേമല
വിതാനിപ്പവളേ,
നിനക്കിപ്പോ,ളെനിക്കൊപ്പം
തുല്യപദവി ജപിച്ചു നീട്ടിയ
ചരിത്രത്തിന്നിടം കണ്ണിലൊ-
രുമ്മ നല്കാമോ?

---

5.   ശ്രീബുദ്ധ സ്മരണ
6.   "ബലികുടീരങ്ങളേ" എന്ന വയലാർ ഗാനം

തിരിച്ചറിവ്

ധർമ്മച്യുതിയുടെ പേരിൽ മനുഷ്യരെ
തമ്മിലകറ്റും ദുരാചാരമേ, നിന്നെ-
യുന്മൂലനം ചെയ്യുംനാൾ വരേക്കും മല-
മണ്ണിനും മക്കൾക്കും മോചനമില്ലെന്നു
ഞങ്ങൾ തിരിച്ചറിയുന്നു, വിലങ്ങിട്ട
പെണ്ണിനും നേരിനും മോചനമില്ലെന്നു
ഞങ്ങൾ തിരിച്ചറിയുന്നു.

2

ഇല്ലതിരിച്ചറിവെന്നാൽ, അറിവുകൾ-
ക്കില്ല പ്രസക്തി, മനുഷ്യത്വമാണതിൻ
നെഞ്ചിലെ മുദ്ര, കൊടുങ്കാറ്റുകളതിൻ
മഞ്ജുള വാഹനം നേരുയിർക്കൊള്ളുന്ന
കണ്ണുകൾക്കുള്ളിൽ സ്ഥിരതാമസം, അവൾ-
ക്കാർദ്രതയെന്നു പ്രകൃതി പേരിട്ടു;
ശാശ്വത മന്ദസ്മിതം തളിർച്ചുണ്ടിൽ

3

ഏറെത്തുടുത്ത പ്രതീക്ഷകളാണതിൻ
തേരാളിമാർ; പച്ചമണ്ണിൽ രഥചക്ര-
മോടും വഴിക്കു പ്രകാശ വേഗങ്ങൾ തൻ
തോളത്തു കൈചേർത്തുസല്ലപിക്കും; ചോര-

വീണു തിളങ്ങുന്ന കൽപ്പടവിൽച്ചെന്നു
ധ്യാനനിമഗ്നയായ് നില്ക്കും.

4

താളിയോലച്ചുരുൾ നീട്ടും ചരിത്രവും
നീതിബോധത്തെയ്യമാടും കലാപവും
തമ്മിൽപ്പിണയും വടുക്കളെച്ചേർത്തുവെ-
ച്ചുണ്മയെച്ചെന്നുമ്മവെക്കുന്ന പെണ്ണിനെ
മുന്നിൽ നിറുത്തിപ്പടനയിക്കുന്നവർ-
ക്കെന്നും പരിചയാണല്ലോ, തിരിച്ചറി-
വെന്ന വിശുദ്ധവികാരം.

5

ആ വഴിക്കല്ലോയുവാക്കൾ, മലയാള-
ജീവിതത്തിന്റെ കിനാക്കൾ, പരസ്പര-
ധാരണയാർന്ന വെളുത്ത പൂക്കൾ, ബലി-
ച്ചാരത്തിൽ നിന്നുമുയിർത്ത മക്കൾ, കട-
ലാഴങ്ങൾ തൊട്ടുകുലപർവ്വതം വരെ
കാവൽ നില്ക്കുന്ന കരിമ്പനക്കുട്ടികൾ,
കവിത നേദിക്കും സഖാക്കൾ.

പ്രേതഗീതങ്ങൾ

1

നിന്നിലേക്കുള്ള ദൂരമളക്കാൻ
ഉണ്ടെനിക്കൊരനുഭൂതി മന്ത്രം.
നിന്റെ വേലിയേറ്റങ്ങൾ കുറിക്കാൻ
എന്റെ മാനവിതാനം സസജ്ജം.
സൂര്യഗോളം തമസ്കരിച്ചാലും
ഭൂമി നമ്മെ തിരസ്കരിച്ചാലും
ഉച്ചവേനൽ പ്രതാപികൾ മക്കൾ
വെച്ചൊഴിഞ്ഞു പടിയടച്ചാലും
കഷ്ടരാവിന്റെ പെൺമാതളങ്ങൾ
എപ്പോഴും മൂളുമെന്നിഷ്ടഗാനം.

2

ദൂരെയേതോ നദികലങ്ങുമ്പോഴും
കാളസർപ്പം കരയ്ക്കിഴയുമ്പോഴും
ആറ്റുവക്കിലെ കല്മണ്ഡപത്തിൽ
കാട്ടെരുമകൾ ചത്തടിയുമ്പോഴും
രുദ്രചാമുണ്ഡി, നീയെന്റെ നെഞ്ചിൽ
പച്ചകുത്തും മഹായോനിമന്ത്രം.
നരകതീരത്തു പണ്ടൊരിക്കൽ നാം
നിധി കുഴിച്ചുകുഴിച്ചു ചെല്ലുമ്പോൾ

നരിമുഖം വെച്ചെതിരേറ്റപാപം
പക വിതച്ചു കൊണ്ടിപ്പൊഴുമൊപ്പം.

3

മലപുകഞ്ഞു പുകഞ്ഞുരുൾപൊട്ടി
കപടനേരിന്റെ കണ്ണുപൊട്ടുമ്പോൾ,
നരകവേശ്യതൻ നഗ്നമാം മാറിൽ
തുടലിമുൾക്കാടു പൂത്തു നില്ക്കുമ്പോൾ
ചുടലയിൽ നമ്മളൊറ്റ ശരീരമായ്
സകലതും മറന്നാടും നിലാവായ്.
നമ്മിലേക്കുവിഷക്കാറ്റു ചീറ്റും
സ്വർണ്ണനാഗസ്വരൂപിയാം പാപം
നഷ്ടജന്മം തിരിച്ചുതരാമെ-
ന്നൊറ്റവാക്കിൽ പരീക്ഷിച്ചു നോക്കും.

4

ആലയിൽ ചുട്ടുതല്ലിയലോഹ-
ച്ചൂരെഴും നിൻ വിശുദ്ധകാമത്തെ,
മന്ത്രവാദിനീ, കൃഷ്ണപ്പരുന്തായ്
പങ്കിടും നാം കരിമ്പനക്കാട്ടിൽ.
അന്നു നമ്മൾ പുണർന്നു പാളത്തിൽ
ചെന്നുവീണു തുലഞ്ഞതിനാലേ,
ഇന്നു വേർപിരിയാത്തൊരാത്മാക്കൾ
പങ്കിടുന്നൂ പ്രണയതന്മാത്രകൾ
പ്രേതമാകയാലെന്തു സ്വാതന്ത്ര്യം
പേടികൂടാതെ കെട്ടിപ്പിടിക്കാം.

5

പേടിയില്ലാ സദാചാരസൈന്യം
കാവൽ നില്ക്കുന്ന വണ്ടിപ്പുരകളെ;
പേടിവേണ്ടാ നിയമക്കുരുക്കുകൾ
കാടിറങ്ങുന്ന കോടതിത്തിണ്ണയെ.
ആർത്തിപൂണ്ട ശവഭോഗികൾക്കും
കൂർത്ത ജാതിക്കൊടുവാൾമുനയ്ക്കും
നമ്മൾ നല്കിയ നേരുത്തരങ്ങൾ-
ക്കുള്ളിലുണ്ടൊരപാര സമുദ്രം.

ജാതിയും ജനനത്തീയതിയും
ജാതകപ്പൊരുത്തങ്ങളും ദൂരെ.

6

പ്രേമഗീതങ്ങൾ ചിട്ടപ്പെടുത്തും
ഈണപുണ്യവാന്മാരേ വരൂ വരൂ.
പതിവു രീതികൾ കൈവെടിഞ്ഞല്പം
മെലഡി ചേർത്ത പരീക്ഷണമാകാം.

ഓപ്പോൾ

എല്ലാ പ്രളയവും മറ്റൊരുയിർപ്പിനെ
കണ്ണീർ തളിച്ചു വരവേല്ക്കുന്നു;
എല്ലാ പ്രണയവും മറ്റൊരാകാശത്തെ
കണ്ണിൽ വരച്ചു നിലാവുകായും
തമ്മിൽപ്പൊരുത്തപ്പെടാത്തവരെ,
ധർമ്മവിളക്കു കെടുത്തിയോരൊ,
നന്മക്കരിന്തിരിക്കൽ വിളക്കിൻ ധ്യാന-
മന്ത്രക്കരി തൊട്ട നൊമ്പരത്തെ,
ഒരു മാത്രകൊണ്ടൊരു ചരടിൽ കൊരുത്തിട്ട
പരമ സാമർത്ഥ്യമേ നില്ക്കൂ!

2

ഇത്രയും വേണ്ടായിരുന്നെന്റെ പെങ്ങളേ
കഷ്ടകാലക്കനൽക്കോലം!
അമ്പലവാതിലും അൾത്താരയും രക്ത-
ചന്ദനം കൊണ്ടു പൊതിഞ്ഞവളേ
നാത്തൂന്റെ കണ്ണീരു കാണുവാനിത്ര മേൽ
കൂർത്ത നഖം നീ വളർത്തിയെന്നോ!

3

നേരിനാൽ സ്നാനപ്പെടാൻ തുനിയാത്തൊരീ
കോലാടുകളെ, കിളികളേയും
ശ്യാമശരല്ക്കാല സായന്തനങ്ങളാം

നീൾമിഴി നീട്ടി ക്ഷണിക്കുവോളേ,
എന്നെ വലംകൈയാൽ ചേർത്തു നിർത്തുന്നു നീ
പിന്നെയും സീനായ് മലയ്ക്കു താഴെ.

4

അനുഭവങ്ങൾ വിതാനിക്കും അനന്തത-
യ്ക്കപ്പുറം മറ്റൊരുജന്മമുണ്ടോ?
ആഴക്കടൽ മുത്തിനുള്ളിലശാന്തമാം
ജീവിത ദാഹങ്ങളുണ്ടോ?
ഉത്തരം നല്കേണ്ട നിൻ മോതിരവിരൽ
മുത്തുന്നിതെന്റെ വികാരം.

5

എല്ലാ മുറിവും പൊറുക്കപ്പെടും വരെ
കുന്നുകളിൽ കാവലാകേണമേ!
എല്ലാ കിളിയും പറക്കമുറ്റുംവരെ
കൂരമ്പു നെഞ്ചിൽ മുളയ്ക്കരുതേ!
കാടും കടലും മലയും പുഴയുമായ്
കൈകോർത്തുനില്പാണു ഞങ്ങൾ.
സുല്ലാണു ഞങ്ങൾ വയൽപ്പൂക്കളോടും
എല്ലാ ഹരിത വികാരത്തോടും.

6

ലോത്തിന്റെ പെൺമക്കളോടു പൊറുത്തെന്നു
രാത്രിയും സങ്കീർത്തനവും.
ശമരിയാക്കാരൻ തിരുത്തിത്തരാതൊറ്റ
വരിയുമെൻ കവിതയിലില്ലാ.
ഞങ്ങളെ ഞങ്ങൾ തിരിച്ചറിഞ്ഞെന്നുള്ള
സമ്മതസംഗീത പത്രമിതാ.
പെങ്ങളേ, വീണ്ടും ജപമാല ഞാലുന്ന
നിൻ വിരൽത്തുമ്പു കാണട്ടെ!

കുളം

ഒത്തിരിക്കാലം മുന്നം
കാശിയിൽ മൃതപ്പെട്ട
മുത്തച്ഛൻ വിൽപ്പത്രത്തി-
ലാശിച്ച മട്ടിൽത്തന്നെ,
കൃത്യമായ് ഭാഗം വെപ്പു
നടന്നു വീതം വാങ്ങി
മക്കളും ശേഷക്കാരും
ഓരോരോ വഴിയേ പോയ്

2

ഒട്ടുപേർ മണ്ണാർക്കാടൻ
മലയിൽ റബ്ബർക്കാടു
സൃഷ്ടിച്ചു നൃത്തം വെച്ചു,
സിനിമാ നിർമ്മാതാക്കൾ.
ചിലരോ ഗൾഫിൽച്ചെന്നു
ചേക്കേറി എണ്ണപ്പണ-
ക്കുമരന്മാരായ്, ഭാഗ്യ-
രേഖകൾ തിരുത്തിച്ചു

3

നാഗപട്ടണത്തേക്കു
കേവഞ്ചിയടുപ്പിച്ചോർ

ദ്രാവിഡ ഹോട്ടൽ തീർത്തു
പകുതിപ്പാണ്ടിക്കാരായ്
ഉച്ചിയിൽ വ്യാഴം ചൂട്ടു-
കത്തിച്ച വെളിച്ചത്തിൽ
വെച്ചടികേറ്റം മൂന്നു
കൂട്ടർക്കുമൊരേ മട്ടിൽ.
ഒത്തിരി പ്രസവങ്ങൾ
പ്രണയം, മരണങ്ങൾ
ചക്കരച്ചോറും കൊത്തി
ച്ചിലച്ചു കടൽപ്പക്ഷി

4

മറുനാട്ടിലെ വേല-
ത്തിടുക്കം മതിയാക്കി
ഒരു നാളെത്തീ പേര-
ക്കുട്ടികൾ തറവാട്ടിൽ
ഇത്തിരിക്കാലം ഗ്രാമം
നീട്ടുന്ന പാൽക്കഞ്ഞിയോ-
ടിഷ്ടമേ, നമുക്കെന്നാ-
കുട്ടികൾ നിരൂപിച്ചു
വീടിന്റെ മുഖമൊന്നു
തുടുത്തു ബോഗൻ വില്ല-
ക്കാടിന്നു സർപ്പക്കാവും
തേവരും വഴിമാറി.

5

രാത്രിയെ പ്രസവിക്കാൻ
ജലയക്ഷികൾ വന്നു
പാർക്കുന്ന പൊട്ടക്കുളം
കിഴക്കേ മൂലയ്ക്കല്ലോ
ചുറ്റിലും മുളങ്കൂട്ടം
നടുക്കു പായൽമൂടി
വെട്ടുകൽക്കെട്ടും മുടി-
ഞ്ഞാരെയോ ശപിക്കുന്നു
ഏതു കാലത്തും ജല-
സമൃദ്ധം, കെടവാതിൽ-
ക്കൂടാണു ചുറ്റും; പ്രേത-

ക്കുളമെന്നല്ലോ നാട്ടാർ.
പന്ത്രണ്ടുകോൽ ആഴത്തിൽ
വിഗ്രഹംകിടക്കുന്നു
പണ്ടിതു ക്ഷേത്രക്കുള
മെന്നുതാൻ പണിക്കന്മാർ

6

പുലർച്ചയ്ക്കാരോ മുങ്ങി–
ക്കുളിച്ചു നാമം ചൊല്ലി
വിറയ്ക്കും സ്വരം; ആരും
അങ്ങോട്ടു പോകാറില്ല;
രാത്രിയിലെന്തോ കണ്ടു
പേടിച്ച താത്രിച്ചിറ്റ
വീട്ടിലൊരഴിക്കൂട്ടിൽ;
ഏതുനേരത്തും തേങ്ങൽ!
കുട്ടികളങ്ങോട്ടെത്തി
നോക്കില്ല. ഭ്രാന്തിച്ചിറ്റ
മക്കളേയെന്നാർത്തയായ്
കൈനീട്ടി വിളിച്ചാലും.

7

താമരക്കുളമാക്കാം
ഇതിനെ, ജലധാരാ
ചാരുത ചേർക്കാം ചുറ്റു–
മൊരു പൂവനം തീർക്കാം.
പന്ത്രണ്ടുകോൽ ആഴത്തിൽ
ശയിക്കും ഭഗവാന്റെ
വെങ്കലശില്പം കര–
യ്ക്കെടുത്തു പ്രതിഷ്ഠിക്കാം.
ഉണ്ണികളുറപ്പിച്ചു,
മുളയും കാടും വെട്ടി–
പ്പന്നഗപ്പായൽ നീക്കി
യൊക്കെയും വെടിപ്പാക്കി.

8

രണ്ടുനാൾകൊണ്ടേ കുളം
വറ്റിച്ചു നാനാതരം

ബന്ധുര സാമഗ്രികൾ
പാലാഴി മഥനത്തിൽ.
ഉടഞ്ഞ ഭസ്മക്കുടം,
പണ്ടത്തെയാനത്തുടൽ
തുരുമ്പു ഭക്ഷിച്ചുപേ-
ക്ഷിച്ചതാം പടവാളും
ഒക്കെയും നിരീക്ഷിച്ച-
ങ്ങിരിക്കെ നടുക്കത്തി
ന്നുച്ചകോടിയിൽ നിന്നൊ-
രസ്ഥിപഞ്ജരം പൊന്തീ.

9

പിരിച്ചുപിറകോട്ടു
കെട്ടിയ കൈകൾ തീരെ
ദ്രവിച്ചു തീരാറായ
ചരടിന്നവശിഷ്ടം.
അസ്ഥിപഞ്ജരത്തിന്റെ
കഴുത്തിൽ മുത്തച്ഛന്റെ
സത്യരുദ്രാക്ഷം നേർത്ത
വെള്ളിനൂൽച്ചരടിന്മേൽ
ആരുടേതാണീയഴി-
ക്കൂടെന്നു ഭ്രാന്തിച്ചിറ്റ-
യ്ക്കാവതുണ്ടെന്നാൽ നേരു
തെളിയും വഴിപോലെ.
കാഞ്ഞിരമരത്തിന്റെ
ചോട്ടിൽ നിന്നൊരു സ്വർണ്ണ
പ്പാമ്പിഴഞ്ഞീറക്കാടിൻ
മറവിൽ മറയുന്നു.

തുഴക്കാരൻ വേലായുധൻ

കണ്ണിലേക്കെണ്ണയൊഴിക്കായ്കയാൽ
കാത്തിരിക്കാനുള്ള വഴിയടഞ്ഞു.
മണലും പുകയുമായ് കയർ പിരിച്ചാൽ
മരണക്കുരുക്കിനു വഴിയൊരുക്കാം.
പതിരുള്ളതല്ലോ പഴഞ്ചൊല്ലുകൾ
വരുതിക്കുനില്ക്കാത്ത വായാടികൾ.
മുറിവായിൽനിന്നും കടുംചോര ചീറ്റുന്ന
പരമാർത്ഥമുണ്ടോ ഭവാന്റെ കൈയിൽ?

2

നടയടയ്ക്കാനുള്ള നേരമായെ-
ന്നുടനേ തിരുമേനി വെമ്പൽ കൂട്ടി
വഴുവഴുക്കുന്ന വരമ്പിലൂടെ
പുഴകടന്നൊരുപാടു വഴിനടത്തം.
നിഴലുപോൽ പിന്നാലെ വാരസ്യാരും
അരുതെന്നുപറയുന്നതെങ്ങനെയാ!
ഉരുളിക്കകത്തെ പടച്ചോറും കാത്തല്ലോ
സരളയും മക്കളും ഇല്ലത്ത്.

3

തോണികടത്തണവേലായുധൻ
തീരെ വകതിരിവില്ലാത്തവൻ;

വാക്കിന്റെ വക്കത്തു നായ്ക്കുരണപ്പൊടി
തേച്ചുവെളമ്പും തെറിച്ച ചെക്കൻ.
പുഴനടുക്കെത്തുമ്പോൾ ഓരോരോതരം
കുരുകുരുത്തംകെട്ട ചോദ്യങ്ങൾ.
മിണ്ടാതിരുന്നാൽ തുഴത്തണ്ടുകൊണ്ടവൻ
ചന്തിക്കു കുത്തി രസിക്കും

4

ചെക്കന്റെ പാട്ടിലെ തോന്ന്യാസം കേട്ട്
പൊട്ടിച്ചിരിക്കുമാവാരസ്യാർ.
'പാടുപാടെ'ന്നവൾ ചെക്കനെ മൂപ്പിക്കും
പാടുപെടുന്നതീ ഞാനല്ലയോ!
മലവെള്ളത്തിന്റെ വരവു കണ്ടോ?
വെരലുമുറിക്കും ഒഴുക്കാണല്ലോ!
ഭരണിപ്പാട്ടിന്റെ 'താനേ തന്നാനം'
ഭഗവതീ ചെക്കനെ കാത്തോളണേ!

5

മണലും പുകയും കൊണ്ടിങ്ങനെ നിത്യവും
കയറുപിരിക്കൽ സുഖമല്ലയോ?
മഞ്ഞളും ചുണ്ണാമ്പും തമ്മിലിണക്കുന്ന
ചെന്നിണം ദേവിയെപ്പറ്റിക്കാനോ?
ചോദ്യത്തിനുത്തരം കിട്ടുംവരേക്കവൻ
പാട്ടുകൊണ്ടോട്ടയടയ്ക്കും.

6

പുഴ നടുക്കെത്തുമ്പോൾ പാട്ടു മുറുകുമ്പോൾ
പകുതിയും പ്രാണൻ പറന്നുപോകും.
വഴുവഴുക്കുന്ന വരമ്പിലൂടെ
ഉരുളിയും താങ്ങി നടക്കുമ്പോൾ,
നിഴലുകൾ തങ്ങളിൽ കൂട്ടിമുട്ടുന്നേരം
പഴുതേ കരളിലൊരങ്കലാപ്പ്.
*പെരുവനംകാരുടെ താളപ്പെരുക്കങ്ങൾ
അസുരച്ചെണ്ട പിളർന്നെങ്കിലോ!
അങ്ങനെയങ്ങനെ ചിങ്ങനിലാവത്ത്
അൻപതിലൻപതു മാർക്കോടെ.

---

*   താളവാദ്യവിദഗ്ദ്ധർ

പാപമുദ്ര പതിഞ്ഞ തിരക്കഥ

ചുമരും ചാരി നിന്നാരാരും കേൾക്കാതെ
മരണം ചോദിച്ചു "പോരുന്നോ പെങ്ങളേ?"
"വരണം എന്നാണു മോഹ,മെന്നാലെന്റെ
ശരണക്കേടു നീ കാണുന്നതില്ലയോ?"

അമ്മിണിയുടെ സുവിശേഷം 1

പശുവിനൊരിത്തിരി കാടി കൊടുക്കാനും
ഇറയം വാതിലടിച്ചു വാരാനും,
കടയിൽപ്പോകാനും കട്ടിൽക്കുഴിയിലെ
പാവം കിഴവന്റെ മേലു തുടയ്ക്കാനും
ആരുണ്ടെനിക്കൊരു കൈസഹായം?
ആൺ തുണയില്ലാത്ത വീടല്ലയോ?

മരണത്തിന്റെ മറുപടി

മുഴുവൻ വേലയും തീർന്നൊടുക്കം
മരണം തീരെയസാദ്ധ്യമാണമ്മിണീ
പണ്ടത്തെ മട്ടല്ല കാര്യങ്ങളൊക്കെയും
ഇന്നതിവേഗത്തിലല്ലേ? വിരൽത്തുമ്പിൽ
അല്ലേ കറങ്ങുന്നു ലോകം?

ഇന്നു ഞാൻ പോയാ, ലുടനേയിതുവഴി
ക്കില്ല, വരാനേറെ വൈകും; അന്നേരം നീ
വല്ലാതെ പശ്ചാത്തപിക്കും.

ഒരുവട്ടം കൂടിയഴിച്ചു ചിന്തിക്കൂ
(മരണം വെളിച്ചം മറച്ചുനിന്നു)

അമ്മിണിയുടെ സുവിശേഷം 2

നല്ല പ്രായത്തിലെന്നെ വരിച്ചവൻ
നഞ്ചുതിന്നു തുലഞ്ഞതിൽപ്പിന്നെ
ഏതു മട്ടിൽ പുലർന്നു ഞാ,നെന്നതൊ-
രാളുമേ തിരക്കീലിത്രനാളും

തുരുതുരെപ്പിഴ ചെയ്തു പാപത്തിൻ
തുടലിമുള്ളുകൾ പൂത്തതിൻ ചോട്ടിൽ,
കഴിയുമെന്നോടു കൂറു കാണിച്ചവർ
വിരൽമടക്കുവാൻ മാത്രമില്ലല്ലോ!

സുകുമാരൻ സാറും സി എൻ ദിനേശനും
കുരിശ്ശുമ്മൂട്ടിലെ കുഞ്ഞുവക്കച്ചനും,
അതുപോലഞ്ചാറുപേർ: തിരിച്ചങ്ങോട്ടും
അലിവു കാട്ടി ഞാ, നാവുന്ന മട്ടിൽ.
സഹകരിച്ചും സഹിച്ചും ക്ഷമിച്ചും
വ്യഭിചരിച്ചുംപുലർന്നകാലങ്ങൾ

അമ്മിണിയുടെ വെളിപാടുകൾ

എന്റെ നേർക്കു തുറിച്ചു നോക്കാനന്ന്
ധർമ്മ നീതികൾ വാളോങ്ങിവന്നു;
വന്ന പോലവർ വേഗം മടങ്ങി.
അത്രമാത്രം വിഷാദ വടുക്കളാൽ
ശുദ്ധികെട്ടു കറുത്തുപോ,യെൻമുഖം
അത്രമാത്രം പുകമണം മുറ്റിയ
സർപ്പമാളം വളർത്തി ഞാനുള്ളിൽ.

ആദികാലത്തു പാപബോധത്തിൻ
ദൂതികൾ വന്നു സ്വർഗ്ഗരാജ്യത്തിന്റെ
വാതിലെന്നെ വരച്ചു കാണിച്ചു;
നരകഭീകരദൃശ്യം ചമച്ചു.
'എങ്കിലെന്റെ വിശപ്പുകെടുത്തുവിൻ'
എന്നു ചങ്കു പറിച്ചു ഞാൻ നീട്ടി.
ദേവദൂതികളാ, മവർ ഞെട്ടി,
പീള കെട്ടിയ കണ്ണുകൾ പൂട്ടി.

'ആദിതാളമിതെ', ന്നവർക്കാത്മ
ജ്ഞാനസാരം പകരം പകർന്നേൻ!

(ഇത്രയും കേട്ടനേരം മരണം
കട്ടിലിൽ നിന്നെഴുന്നേറ്റുമെല്ലെ)

മരണത്തിന്റെ പ്രതികരണം

ഇക്കണക്കിനാണെങ്കിലോ നീയെൻ
നെറ്റിക്കണ്ണിൽ വിഷം ചീറ്റുമല്ലോ!
കഷ്ടപ്പാടുകൾ കണ്ടതിനാലേ
പൊട്ടച്ചോദ്യം ഞാൻ ചോദിച്ചുപോയി.
ഇഷ്ടമില്ലെങ്കിൽ വേണ്ട; നിൻ ജന്മം
ദുഷ്നായ്ക്കൾ കടിച്ചുകീറട്ടെ.
ശിഷ്ട ജീവിത പായസപ്പാത്രം
വൃത്തികെട്ടോർ വടിച്ചു നക്കട്ടെ

അനന്തരം

വിരലുകൾ മുരടിച്ച രുദ്രാക്ഷ-
ക്കലി മരങ്ങളിൽ കാറ്റുവിതച്ചും
തൊലി ചുളുങ്ങിയ നഗ്നപാദത്തിലെ
മുറിവിലൂടെ വിഷത്തീകൊളുത്തിയും
വളരെ വേഗമപാര സത്യത്തിൻ
മലയിലേക്കു പറന്നുപോയ് മൃത്യു
വീണുടഞ്ഞൊരു ഭസ്മക്കുടത്തിൻ
വായിലൂടൊരു സർപ്പമിഴഞ്ഞു.
രണ്ടു മൂന്നു ചുടു നിണത്തുള്ളികൾ
വന്നുവീണു തുളസിത്തറയ്ക്കൽ.

അവസാനം

കതകടച്ചുതികച്ചുമശാന്തയായ്
കമനിയാൾ വന്നകത്തിരുന്നപ്പോൾ
വീട്ടുമുറ്റത്തു കാൽപ്പെരുമാറ്റം
കൂട്ടുകാരൻ മടങ്ങിവന്നായോ!
കതകിൽമുട്ടുന്നതാരെന്നു ചോദി-
ച്ചുഴറിച്ചെന്നവൾ വാതിൽ തുറക്കെ,
കുരിശ്ശുമൂട്ടിലെ കുഞ്ഞുവക്കച്ചെൻ

കരുണാവാരിധി കൈകൂപ്പി നില്പൂ.
ദുരിതപൂർണ്ണമീപ്പെൺജീവിതത്തെ
സിനിമയാക്കുവാൻ വന്നവർക്കൊപ്പം
അരികിൽ നില്പൂ തിരക്കഥാകാരൻ
രതിപുരാണ ഗവേഷണ രമ്യൻ.
"ഭവതിയാണിതിൽ നായിക, ഞങ്ങൾ-
ക്കിതിലുമപ്പുറമില്ല സന്തോഷം."
നോട്ടുകെട്ടുകൾ നീട്ടിപ്പണച്ചെട്ടി
വീട്ടുമുറ്റത്തു കുമ്പിട്ടു നില്പൂ.
എത്രവേഗം പരിവർത്തനത്തിൻ
ചിത്രശാല നിറച്ചും വെളിച്ചം.

അംബുജം ഓർമ്മിപ്പിക്കുന്നത്

കരിമ്പുപാടം കാത്തു
പോരലേ പെരും പാട്
തുരുമ്പു വീഴാതെഴു-
ത്താണിയും അതുപോലെ-
പകലും രാവും കാട്ടു-
കുറുക്കൻ സൂത്രക്കാരൻ
പതുങ്ങി നടപ്പാണെൻ
പാടത്തു കുടിൽകെട്ടാൻ

2

വിയർപ്പു നീരല്ലാതെ
മറ്റൊന്നുമിന്നോളവും
രുചിച്ച് ശീലിച്ചില്ല
നേരായുമെൻ നാരായം.
വേലയും തകർത്തെന്റെ
കരിമ്പുപാടത്തിപ്പോൾ
ആനകൾ മേയുന്നതാ-
യാളുകൾ ചിരിക്കുന്നു

3

നാരായത്തുമ്പിൽ കട്ട
ച്ചോരതൻ മണമെന്നു
ചാരായക്കട വാഴും
അംബുജം നിരീക്ഷിപ്പൂ
കേവല നിരൂപകർ
ഞൊടിച്ചാൽ സാക്ഷിക്കൂട്ടിൽ
കേറുവാനൊരുമ്പെട്ട
പെണ്ണിവൾ വെച്ചൂർക്കാരി.

4

സത്യസന്ധതതൊട്ടു
തീണ്ടാത്തോൾ, തുടുമദ്യ-
ഹൃദ്യമാം ഗന്ധം പുണർ-
ന്നിരിപ്പൂ ന്യായാധിപർ
അംബുജം ആനപ്പുറ-
ത്താണിപ്പോൾ സഞ്ചാരമെ-
ന്നമ്പലക്കമ്മിറ്റിക്കാ-
രടക്കം പറയുന്നു

5

എന്റെ നാരായത്തുമ്പിൽ
തുരുമ്പു കുരുപ്പിച്ചോൾ,
എന്റെ പാടത്തേക്കാന-
ക്കൂട്ടത്തെ നിയോഗിച്ചോൾ,
ഇവളോ കുഷ്ഠപ്പുണ്ണാൽ
പീഡിതയാണെന്നിപ്പോ-
ളറിവേൻ; മൊഴിയുന്നാർ
നവമാധ്യമ സംഘം

6

ആനയും ചാരായവും
വിടർന്ന നീലക്കണ്ണിൻ

ജാലവും നിരൂപക-
പ്പടയും തുലഞ്ഞേ പോയ്
വാടകവീട്ടിൽകട്ടിൽ-
ക്കുഴിയിൽ നിരാലംബ-
യാകുമംബുജക്കോലം
ഇന്നലെ കണ്ടാൽ കണ്ടെൻ

7

ചാരായഗന്ധം തെല്ലു-
മില്ലാത്ത നോക്കാലവൾ
നാരായമുനിയിന്മേൽ
ആർദ്രയായ് ചുംബിക്കുന്നു.
അംബുജത്തിനു രോഗ-
ശാന്തിനേർന്നിറങ്ങുമ്പോൾ
അമ്പലക്കമ്മിറ്റിക്കാ-
രടക്കിച്ചിരിക്കുന്നു.

നല്ല നടൻ നല്ല നടി

ആവിയിൽ ചുട്ടെടുത്ത ശില്പങ്ങൾ
ശീതസൂര്യനെ കാണിച്ചുണക്കി,
മുനിയറയ്ക്കകം പൊള്ളിച്ചുവെച്ചു
പ്രളയകാലത്തുവെച്ചു പൂജിക്കാൻ!
നരിമടയ്ക്കു സമീപത്തു കൂടി
കപടസന്ധ്യ കടന്നു പോകുമ്പോൾ
പുലി മുരൾച്ചകൾ കേട്ടു; മരത്തിൻ
മറവിൽ മാനുകൾ പേടിച്ചൊളിച്ചു.

2

എങ്ങുനിന്നോ ചരിത്രവിദ്യാർത്ഥികൾ
വന്നിതെന്റെ പണിപ്പുര കാണാൻ;
അംഗവൈകല്യമാർന്ന കോലങ്ങൾ
കണ്ണിമയ്ക്കാതവർ നോക്കിനിന്നു
കള്ളിയാമഭിസാരിക, ദൈവ-
ക്കണ്ണിലെ കരടായവൾ പിന്നിൽ.
എൻ മുഖം ഞാൻ നിഴലിട്ടു മൂടി
ചമ്മലോടെ കുനിഞ്ഞൊരേ നില്പ്.

3

ഒരിത്തിരിക്കരുവാളിച്ചുവല്ലോ,
പച്ചകെട്ട വിരൽത്തുമ്പുപോലും;
മഞ്ഞ മേഞ്ഞു കുഴിഞ്ഞു കവിൾത്തടം
ബർമ്മയിൽ കണ്ട നർത്തകിയേപ്പോൽ
തീരെ മാറിയൊരെൻ ശൈവരൂപം
ശ്യാമഗൗരി തിരിച്ചറിഞ്ഞിട്ടും
പാപകർമ്മ വിളർച്ചകൊണ്ടെല്ലാം
മൂടിവെച്ചവൾ മുഗ്ദ്ധയായ് നിന്നു.

4

ജരഭരിക്കും ശരീരം ചുമക്കാൻ
വരുതിപോരെന്നു വിണ്ടുപാദങ്ങൾ.
അരതുരന്നു ജനനേന്ദ്രിയം വെടി-
ഞ്ഞിടെ ലോഹത്തകിടുകൾ പാകി,
രതിവിരക്തിക്കൊരൗഷധം പോൽഞാൻ
നിലയുറപ്പിച്ചു ശ്വാസം വിടാതെ.
സുരതരേഖാ ചരിത്രം പഠിക്കും
രതിഗവേഷകരാം പെൺകിടാങ്ങൾ
മുതുകിൽ വന്നു തലോടിപ്പതുക്കെ-
ച്ചിരിയൊതുക്കി സ്വകാര്യം പറഞ്ഞു

5

ഇതു ശിലായുഗകാലത്തിനും മു-
മ്പിവിടെ വാണവനേചരമർത്ത്യൻ;
ഉഭയലിംഗ ശരീരിയാമാദി-
ച്ചുടലയിൽ നിന്നുയിർത്ത കിരാതൻ
രുധിരവും തലച്ചോറും ഭുജിക്കും
അതിവിചിത്ര നപുംസക ഗോത്രം.
അധിക കാമികൾ, ഗന്ധഭോഗത്താ-
ലനുഭവിക്കുന്നു ജീവിതോന്മാദം.

6

അപ്പുറത്തൊരു ശീമക്കുരങ്ങി-
ന്നസ്ഥികൂടമവരെ ക്ഷണിക്കെ,
കവിതചത്ത കരൾക്കൂമ്പിനുള്ളിൽ
കടലിരമ്പങ്ങളെപ്പൊഴും ബാക്കി.
ശില്പിതൻ ശവം പിറ്റേന്നെടുക്കാൻ
ബുദ്ധിരാക്ഷസൻ മത്സരിക്കുമ്പോൾ,
ദുഃഖഭാരം നടിച്ചവൾ വന്നു
പുഷ്പചക്രം സമർപ്പിച്ചുനിന്നു.

തോറ്റരാജാവിന്റെ ജയിച്ച റാണി

വിശ്രുതനഗരങ്ങൾ
മരിച്ചു; യുദ്ധത്തിന്റെ
രക്തതാണ്ഡവ ശുദ്ധി-
കലശം തുടരുന്നു.
  പ്രാണവേദനയാർന്നൊ-
രാനകൾ ചിന്നം വിളി-
ച്ചായുധപ്പുരയിന്മേ-
ലിടിച്ചു മറിയുന്നു.
നാഗരാജാവിൻ കോവിൽ
കത്തുന്നിതപൂർവ്വങ്ങൾ,
നാഗങ്ങൾ, വാലിൽ കുത്തി-
പ്പറക്കാനുഴറുന്നു

2

ഗോപുരമിടിഞ്ഞൂർന്നു
കുതിരപ്പന്തിക്കുമേൽ
വീണ ഹുങ്കാരത്തിനാൽ
ദിക്കുകൾ വിറയ്ക്കുന്നു.
വളരും തീനാളങ്ങൾ,
"റാണിമഞ്ജുളയാളേ,
വരികെ" ന്നാർദ്രം സ്വർണ്ണ-

നാവുകൾ ക്ഷണിക്കുന്നു.
ആയിരം കല്മണ്ഡപ-
മെരിഞ്ഞ തീയിൽനിന്നു
ദേവിയാൾ ജ്യോതിർമയി
വിണ്ണിലേക്കുയരുന്നു.

3

വിജയശ്രീലാളിതൻ
വള്ളിയൂർക്കുമരന്റെ
ജയഘോഷങ്ങൾ ജൂത-
ത്തെരുവിൽ മുഴങ്ങുന്നു.
തോറ്റ രാജാവിൻ ജഡം
കഴുവിൽത്തന്നെ കിട-
ന്നേറ്റു വാങ്ങുന്നൂ, കടൽ-
ക്കാറ്റിന്റെ ശേഷക്രിയ.
ദിനരാത്രങ്ങൾ മൂന്നു
കഴിഞ്ഞു സചിവന്റെ
തല കൊയ്തെടുത്താർത്തു
മറഞ്ഞു മറവന്മാർ.

4

ശവങ്ങൾ വാരിക്കൂട്ടി-
ച്ചുടുന്ന ഗന്ധം ചൂടി
നിറങ്ങൾ മങ്ങും നാഭി-
ത്താമര ചോദിക്കുന്നു.
പച്ചയെക്കെടുത്തുന്നൊ-
രഹന്തയ്ക്കിളം മണ്ണിൻ
പുൽക്കൊടിത്തുമ്പിൽ മഞ്ഞു
തുള്ളിയെ സൃഷ്ടിക്കാമോ?
ഗന്ധകപ്പുക വിങ്ങു-
മന്തരീക്ഷത്തിൽ മറ്റൊ-
രന്തിയെ ചെങ്കോലുഴി-
ഞ്ഞാകുമോ നിർമ്മിക്കുവാൻ?

5

രത്നങ്ങളടർന്നോട്ട-
പ്പാത്രമാം കിരീടത്തെ-
പ്പക്ഷികൾ കൊത്തി ക്ഷേത്ര-
ക്കുളത്തിൽ നിക്ഷേപിക്കെ,
എന്തു നേടിയതെന്നു
ചോദിച്ചു മേഘത്തിന്റെ
കണ്ണിൽ നിന്നൊരു കൃഷ്ണ-
പ്പരുന്തു പറന്നെത്തി,
പാതിയും തീയിൽ വെന്തൊ-
രരയാൽ തുഞ്ചത്തൊരു
പാഴ്നിഴൽ പോലേ തപ്ത-
ഭൂമിയെ നിരീക്ഷിച്ചു.

6

അപ്പൊഴും തോറ്റില്ലെന്ന
ഭാവത്തിൽ കൺകോണുക-
ളസ്ത്രസമ്പൂർണ്ണം, യുവ
റാണിയാൾ ചിരിക്കുന്നു.
"ആപാദചൂഡം മുടി-
പ്പുതച്ചു മുത്തമ്മപോ-
ലാരിത്?" വിദൂഷകൻ
പതുക്കെ കളിയാക്കി.
തിരിഞ്ഞു നിന്നേ യുവ-
റാണിയാം മായാലക്ഷ്മി
മൊഴിഞ്ഞാൾ, "തൃക്കൺപാർക്കാൻ
കാക്കുന്നു തിരുവുള്ളം.

7

യുദ്ധത്തിൽ ജയക്കൊടി
പാറിച്ച തിരുമേനി-
ക്കുൾപ്രിയമേറാൻ പൂർണ്ണ
നഗ്നമെൻ തിരുമേനി;
കാണുകിൽ ഒരു മാത്ര-
പോലുമേ വൈകാതെന്നെ

പൂണുവാൻ പാകത്തിലാ-
ണുടലും കരൾപ്പൂവും
ആകയാൽ മൂടിപ്പുത-
ച്ചിങ്ങനെ പോണൂ; ദുഃഖം
കാരണമെന്നെൻ പാവം
പ്രജകൾ ധരിച്ചോട്ടെ!"

8

മാറിമാറിത്താൻ ചേല
ഞൊറിയും നീയേ വിശ്വ-
വ്യാപിയാം കാലാതീത
കാമമാം പ്രതിഭാസം.
പേരിവൾക്കില്ലെന്നോതി-
പ്പറന്ന കൃഷ്ണപ്പരു-
ന്താകുമോ ഹോമർ? വ്യാസ
ഹൃദയം സന്ദേഹിച്ചു!

കടത്തുകാരന്റെ പകൽക്കിനാവ്

ജിതേന്ദ്രിയന്മാർക്കാധി വളർത്തുമൊ-
രൂർജ്ജിത ജൈനമുനി
വികാരപരമാത്മാക്കളെ നേർവഴി
കാട്ടുമുദാരപദം
അവങ്കലേക്കു നടന്നുതളർന്നവ-
ളമലോൽഭവകമനി,
അശാന്തി വാറ്റിയരമണരസത്താ-
ലാടൽതരും തരുണി.
അവൾക്കു തേനും തിനയുമൊരുക്കും
ചപല മഹേശ്വരരേ,
ശരിക്കു നിങ്ങൾക്കവളുടെ മുറിവുകൾ
ഹൃദിസ്ഥമോഹരരേ?

2

അപാര കിന്നര സംഗീതത്തി-
ന്നലകടലാം വിമലേ,
കപാലകുണ്ഡല മുദ്രകൾ സാധക-
മാർന്നുയിരാർന്ന കലേ,
ശിവപാർഷദരേപ്പോലെനിനക്കും
തികച്ചുമജ്ഞാതം
അനുഭൂതികളുടെ വളർത്തുമകളാം

പ്രാണസുഹാസിനിയെ
ചാഞ്ഞു ചെരിഞ്ഞ മരങ്ങൾക്കരികിൽ
നീലവനസ്ഥലിയിൽ
മേഞ്ഞു നടക്കുമൊരാൺകുതിരകളുടെ
നാഥൻ ജൈനമുനി.

3

അവന്റെ സുരതോദ്യാന സമൃദ്ധിക-
ളാർന്ന മഹാനഗരം,
അഭംഗുരം നിലനിർത്തുമപാരത,
യാണിവളലമേലു.
നിരൂപിച്ചാലിവളൊരു ഞൊടിയിടയിൽ
വീഴ്ത്തും പരമപദം,
തിരുവയ്യാർക്കുമരേശനുവീണയി-
ലാരഭിരാഗമദം.
തനിക്കുമുനിയുടെ രതിസാന്നിദ്ധ്യമ-
രോചകമാകുകയാൽ,
മനുഷ്യനിർമ്മിതകാമമരങ്ങളി-
ലൂഞ്ഞാലാടുമിവൾ.

4

ഇടയ്ക്കുവെച്ചൂർപ്പശുക്കൾമാതിരി-
യകിടുചുരത്തുമിവൾ,
ദരിദ്ര നാരായണരെത്തേടി-
പ്പാണ്ടിപുരം താണ്ടും
തെലുങ്കുചെട്ടിത്തെരുവീഥികളിൽ
തെന്മലയോരത്തും
മലങ്കുറത്തിപ്പെണ്ണാമിവളുടെ
പാശി വളച്ചെത്തം.
ഒരിക്കലും പിടി തരാതെയിങ്ങനെ
മായാമഞ്ജുളയായ്
വിചിത്രസേവനമുദ്രകൾ കാട്ടി
ത്തിളച്ചുതുവുമിവൾ

5

ഇവൾ നിരൂപിച്ചാൽ ജിതേന്ദ്രിയൻ മുനി
താനേ മുന്നിൽ വരും
മിഴിമുന തൊട്ടാൽ യജ്ഞാധിപരുടെ
പൂണൂൽച്ചുറ്റഴിയും
ഈ വക രതിചരിത്രങ്ങളിലൂടെ-
ക്കാമുകനാം കവിയായ്
യോഗയിലൂടലമേലുവിനുൾക്കുളി
രാവുക നീ മകനേ!
അങ്ങനെയങ്ങനെയവസാനം നിധി-
കലശം നേടുക നീ
ഗംഗ കടന്നു മഹാനഗരത്തി-
നധിപതിയാകുക നീ.

6

ദുരിതകിരാതച്ചോര കുടിച്ചു
പുളച്ചു തെഴുത്തമരും
മരുതുമരങ്ങൾക്കിടയിൽ നീയൊരു
ബന്ധുരഗന്ധമരം.
അക്ഷര വൈരികളാ,കും മഹിഷ-
ക്കുട്ടികളുടെ ചുമലിൽ
രക്ഷകമന്ത്രനുകം ചേർത്തുലകുട
പെരുമാളാകുക നീ,
ഇങ്ങനെയുപദേശിച്ചു മനോന്മയി
നീട്ടിയരുദ്രാക്ഷം,
മംഗല നീലസരോജ ദലങ്ങളിൽ
വാങ്ങീകരുണേശൻ.

7

കണ്ണുതുറന്നിരുപുറവും നോക്കി
ത്തോണിയിലേറുമ്പോൾ,
മുന്നിലൊരശ്രീകരപണ്ടാരം
പുണ്ണുകൾ കഴുകുന്നു.
കടത്തുകാരനു പകൽക്കിനാവുകൾ

സമ്മാനിച്ചവളേ,
നിനക്കുനിത്യമിതേമട്ടൊരോ
നീചനിയോഗങ്ങൾ.
നേരും നെറിയും തേനും പാലും
സമാസമം ചേരും
കാലം വന്നു പിറന്നാലും നീ–
യന്നും നിലനില്ക്കും.

കാവുങ്കൽ ശിശുപാലനുണ്ണിത്താൻ

1

കാര്യങ്ങൾ കാലേകൂട്ടി-
ക്കാണുവാൻ കണ്ണുള്ളവൻ
കാവുങ്കൽ ശിശുപാല-
നുണ്ണിത്താൻ, ശിവഭക്തൻ;
നദിയോരത്തെ നാട്ടു
കാഴ്ചകൾ പുന്നാരിച്ചു
വഴിയേ നടക്കുന്ന
ജൂണിലെ സായന്തനം
നടത്തം കാലപൂർണ്ണ
മാകുവാൻ വലം കൈയിൽ
മുഴുത്തൊരില്ലിക്കാലൻ
കുടയുണ്ടല്ലോ കൂട്ടായ്

2

ചുണ്ടത്തു ചന്ദ്രോത്സവ-
ശ്ലോകമാണെല്ലായ്പ്പോഴും
നെഞ്ചത്തു സ്വർണ്ണം കെട്ടി-
ച്ചാർത്തിയ രുദ്രാക്ഷവും;
പെരുത്തുപണം, നിത്യ-

ബ്രഹ്മചാരിത്വം, ക്ഷേത്ര-
ക്കുളത്തിൽ കുളി, തെക്കേ-
വാര്യത്തു ചതുരംഗം;
ഘനഗംഭീരൻ ശിശു-
പാലനുണ്ണിത്താൻ; തന്റെ
നിഴലായ് പിന്നിൽ രോമ-
രഹിതൻ ശ്രീവത്സനും

3

കലക്കൻ ബിരിയാണി-
ച്ചായപോൽ മലവെള്ളം
തിളയ്ക്കും പുഴ നോക്കി
നില്ക്കലേ രസമല്ലോ!
ജാഥയ്ക്കുപോകാൻ, 'ചേച്ചി
മുക്കി'ലെ ചെറുപ്പക്കാർ
ബാസ്ക്കറ്റുകോർട്ടിൽ ചെണ്ട
സാധകം ചെയ്യുന്നേരം,
അക്കരെ 'പീസ് വില്ല'യിൽ
തുടലിൽ കിടക്കുന്ന
പട്ടിയുണ്ടതു കേട്ടു
തുടരെ കുരയ്ക്കുന്നു.

4

കാര്യങ്ങൾ കാലേ കൂട്ടി-
ക്കാണുവാൻ കണ്ണുള്ളവൻ
കാവുങ്കൽ ശിശുപാല
നുണ്ണിത്താനൊരു ശങ്ക.
പുഴയെങ്ങാനും വറ്റി-
പ്പോയാലോ? തുടലറ്റു
തടിയൻ ജൂഡോ വന്നു
കാലിന്മേൽ കടിച്ചാലോ?
പേപ്പട്ടിയല്ലെന്നാലും
പൊക്കിളിൻ ചുറ്റും സൂചി-
ക്കേറ്റുമെന്നല്ലോ കേൾപ്പൂ
ഹോസ്പിറ്റൽ പുരാണങ്ങൾ.

5

അഥവാ പേപ്പട്ടിയാ-
ണെങ്കിലോ, സ്വപ്നം കണ്ട-
തഖിലം തട്ടിത്തൂകും
നായ നക്കിപ്പോം ജന്മം.
നോക്കി നില്ക്കെത്താൻ പുഴ
വേഗത്തിൽ വറ്റുന്നയ്യോ
നേർത്തു നേർത്തിപ്പോളറ്റു-
പോകുമേ പട്ടിത്തുടൽ.
ഇനിയെന്താലോചിക്കാൻ!
എത്രയും തിടുക്കത്തിൽ
കൂടതൻ കാലും വലി-
ച്ചൂരിക്കോമരം തുള്ളി
പുഴയ്ക്കുനേരെ പായും
കരുത്തനുണ്ണിത്താനെ
പിടിച്ചു കെട്ടി ചെണ്ട-
ക്കുട്ടികൾ മുളന്തൂണിൽ

6

മുഖത്തു വെള്ളം തളി-
ച്ചുണർത്തുമ്പോഴും 'നായ-
കടിച്ചെ'ന്നുരു വിട്ടു
വിയർക്കുന്നിതു പാവം!
തലയ്ക്കൊരോളം, ചെണ്ട-
ത്താളവും നായും ചേർന്ന
കുരുത്തക്കേടാണെന്നു
ശ്രീവത്സൻ കുണുങ്ങുന്നു.
കാര്യങ്ങൾ കാലേകൂട്ടി-
ക്കാണലും പിഴയെന്നോ!
കാവുങ്കലുണ്ണിത്താനെ
ജാതകം പിഴച്ചെന്നോ!

കുടിയേറ്റക്കാമുകരാം സംഘഗായകർ

(വിപ്ലവാനന്തര കാലത്തെ തിളക്കമുള്ള ഒരു പകൽ. മദ്ധ്യ തിരുവിതാംകൂറിൽ നിന്നുള്ള കുടിയേറ്റകർഷകർ തിങ്ങിപ്പാർക്കുന്ന ഒരു മലബാർ ഗ്രാമം അവരുടെ വിളവെ ടുപ്പുത്സവം. തീണ്ടലും തൊടീലുമില്ല. ആണിനും പെണ്ണിനും തുല്യ പ്രാധാന്യമുള്ള സംഘനൃത്തം.)

അമാനുഷന്മാർ തുലഞ്ഞു
മനുഷ്യപക്ഷം ജയിച്ച
മഹായുദ്ധ പരിണതികൾ
സർഗ്ഗനേരുകൾ
പ്രകാശവേഗങ്ങളോടു
സല്ലപിക്കുമുഷസ്സുകൾ;
ചരിത്രകാമുകർ മണ്ണി–
ലുയിർത്തെണീറ്റു.

2

മഞ്ഞുവീണ താഴ്വരയിൽ
ശംഖുമാല മാറിലിട്ടു
പെൺകൊടിമാർ ദിവാകര
സ്തവങ്ങൾ പാടി;
നരിമടകൾക്കുള്ളിൽ വീണ
നഗ്ന ശരല്ക്കാലങ്ങൾ.

ഇതളുകളിൽനിന്നുപേടി
കുടഞ്ഞെറിഞ്ഞു.

3

കാളവണ്ടിച്ചാലുകളിൽ
ഇന്നലത്തെ മഴവെള്ളം
ഭൂമിയുമാ,യനുഭൂതികൾ
പങ്കുവെക്കുമ്പോൾ,
അന്തിമുല്ലേ, നമ്മൾതമ്മി–
ലെന്തു ബന്ധമെന്നു മൂളി–
യന്തരീക്ഷ വായുവിൽ
ഒരപൂർവ്വ ഗന്ധം

4

കരിയിലയുടെ തീമണം
പുണർന്ന മലഞ്ചെരിവുകളിൽ
പുതുമഴയ്ക്കു നടുതലകൾ
മിഴികൾ തുറന്നു;
കുടിയേറ്റകർ, ഷകന്റെ
വിശുദ്ധ കാമുകിമാരേ,
തുളുനാടൻ ചന്ദ്രികയുടെ
പുഞ്ചിരി കണ്ടോ?

5

ശതാവരിപ്പുരികങ്ങൾ
കറുകറുത്ത ഹൈമവതീ
ശുഭാശംസകൾ നിനക്കും
നിന്റെ കണ്ണിനും.
വിളവെടുപ്പുകാലമായാൽ
പിന്നെയും ഞാൻ വരുമല്ലോ
കടലിടുക്കിൽ വെച്ചുകണ്ട
കറുത്ത കള്ളീ!

6

തിരവളച്ചും തിനവിതച്ചും
ചിരി പതച്ചും നമ്മൾ വീണ്ടും

യവനപുരാണങ്ങളിലെ
കുതിരകളാകും.
മകരമാസമെത്തുവോളം
ഒരു വിധം പിടിച്ചു നില്ക്കാം
അതുകഴിഞ്ഞാൽ വയലുകളിൽ
കാട്ടുപന്നികൾ.

7

ഇടവിളകൾ കൂകിയാർത്തു
മലനിറയെ പച്ചതൊടും
മഴനിലാവേ, ഞങ്ങളോടു
കരുണകാട്ടണേ!
കുരിശുമുടിത്താഴ്വരയിൽ
വണക്കമാമ്പപ്പുരയിൽ
'അരുതു'കൾ തന്നതിരുകൾ നാം
പതുക്കെ മായ്ക്കും.

8

കുടിയേറ്റക്കാമുകരുടെ
സംഘഗീതകങ്ങൾ കേട്ടു
വഴിയാത്രക്കാരിയെന്തേ
തിരിഞ്ഞു നില്ക്കാൻ!
കടമിഴിയിൽ പ്രണയമെന്ന
രതിമുന്തിരിവിതാനിച്ചു
തൊടുപുഴയിൽനിന്നു വന്നോ-
രിടയകന്യകേ!

9

*ഉദയരവീപഞ്ചമങ്ങ-
ളുമ്മവെക്കും സോളമന്റെ
മധുരകിന്നരം നിനക്കു
പരിചിതമല്ലേ?
ഒരുമിച്ചീ സംഘ ഗീത
സാധകത്തിൽ മുഴുകുമ്പോൾ

കുടയത്തൂർ മലനിറയെ
കുരുതിവിളക്ക്.

10

വടവാതൂരമ്മിണിയേ
വസന്തസേന, നിന്നെ-
കുടമാളൂർക്കാരനിതാ
കാത്തു നില്ക്കണ്.
ഒത്തിരിയാലോചിക്കാൻ
നേരമില്ല കാർകുഴലീ
വൃശ്ചികമഞ്ഞും കുളിരും
പാട്ടിനു പോകും

11

കളം പിരിഞ്ഞാലവാല-
മൊതുങ്ങിയപ്പോൾ,
കുളം നിറഞ്ഞന്നപൂർണ്ണി
കുളിച്ചു തോർത്തി.
കളരിവിളക്കിൻ മിഴിയിൽ
ഒരു തരി മാത്രം
ചിരിയൊതുക്കി നിഴൽ വിരിച്ചു
തുടിച്ചു നിന്നു.

അനുഭൂതികൾ

അവസാനമില്ലാത്തൊരനുഭൂതികൾ,
ആദിതാളത്തിൻ വളർത്തുമക്കൾ,
അവരേതുനേരത്തും മേഞ്ഞു നടക്കുന്നു
അന്തരാത്മാവിന്റെ താഴ്വരയിൽ.

കരിനീലക്കണ്ണുകൾ വാലിട്ടെഴുതിയും
കണ്ണാടിക്കവിൾ ചുവപ്പിച്ചും
കവിതയെ പ്രണയിച്ചും സ്വപ്നം വിതാനിച്ചും
അവരെനിക്കെപ്പോഴും കാവൽ.

ഈറൻ നിലാവിനെ ചുംബിച്ചു കൊണ്ടവർ
ജീവന്റെ കാട്ടമ്പലത്തിൽ,
ഞാനറിയാത്തൊരപൂർവ്വരാഗങ്ങളിൽ
നീരാജനം നടത്തുന്നു.

നേദിച്ചു വാങ്ങിച്ച സ്വർണ്ണ രുദ്രാക്ഷവും
ദാഹിച്ചു നീട്ടും പകൽക്കിനാവും
മുടിയിലണിഞ്ഞിവർ ഇടവ സായന്തന-
പ്പടി കടന്നെത്തുന്നു വീണ്ടും.

പരിരംഭണങ്ങൾക്കു ശ്യാമസിന്ദൂരവും
പരിഭവങ്ങൾക്കു നിർമ്മാല്യവുമായ്

മദന പഞ്ചാക്ഷരി മന്ത്രം ജപിച്ചവർ
തൊഴുതു കൈനീട്ടി നില്ക്കുമ്പോൾ,

ഞാനിവർക്കെന്തിനി, നല്കാൻ നിഴൽ പുണർ-
ന്നാടും വികാരങ്ങളെന്യേ
എന്നെ, ഞാനാക്കും വിലാസിനിമാരിവർ-
ക്കെൻ നെടുവീർപ്പും വിയർപ്പും.